# गप्पागोष्टी

द. मा. मिरासदार



मेहता पब्लिशिंग हाऊस

✆ +91 020-24476924 / 24460313 / Mob. No. 9545000513
Email : production@mehtapublishinghouse.com
Website : www.mehtapublishinghouse.com



**GAPPAGOSHTI** by D. M. MIRASDAR

**गप्पागोष्टी : द. मा. मिरासदार / कथासंग्रह**

Email : author@mehtapublishinghouse.com



संस्थापक : सुनील अनिल मेहता

प्रकाशक : मेहता पब्लिशिंग हाऊस प्रा. लि.,
१९४१, सदाशिव पेठ, माडीवाले कॉलनी, पुणे - ४११०३०.

मुद्रक : ट्रिनिटी अ‍ॅकॅडमी फॉर कॉर्पोरेट ट्रेनिंग लिमिटेड

मुखपृष्ठ : शि. द. फडणीस

प्रकाशनकाल : नोव्हेंबर, २०१२ / सप्टेंबर, २०१३ / मार्च, २०१६ /
ऑक्टोबर, २०१९ / पुनर्मुद्रण : जानेवारी, २०२४

किंमत : ₹ २००

P Book ISBN 9788184984309
E Book ISBN 9788184989779
E Books available on : amazonkindle Apple Books Google Play Books

*कै. पंडित शेटे यांसी –*
*मित्रा, तुझ्या स्नेहशीलतेची*
*आठवण मला नेहमीच राहील.*

## कथानुक्रम

## १.

# माझा कै. वृत्तपत्रव्यवसाय

या दहा-बारा वर्षांत माझ्यात पुष्कळच बदल झाला आहे. माझे लग्न झाले आहे आणि मला तीन-चार मुलेबाळे झाली आहेत. तीन असतील किंवा चार; नक्की लक्षात नाही; पण मी कुटुंबवत्सल आहे, एवढी गोष्ट खरी. पी. डब्ल्यू. डी.च्या ऑफिसमध्ये मी नियमाने अकरा वाजता जातो आणि संध्याकाळी सहाला थकून-भागून परत येतो. कुठे जात नाही, येत नाही. आपण बरे की आपले काम बरे, अशी आता माझी वृत्ती आहे. घरमालक भाडे मागायला आला की, मी मुकाट्याने भाड्याचे पैसे हातात ठेवतो. मधून-मधून ते लाईट बंद करतात; पण तरीसुद्धा तक्रार करण्याची हिंमत होत नाही. दूधवाल्याचे पैसे कधी-कधी देता येत नाहीत. तसे मी त्याला अजीजीने समजावून सांगतो; पण तरीदेखील तो उद्या दूध घालील की नाही, अशी मला एकसारखी धास्ती वाटते.

पण पूर्वी अशी स्थिती नव्हती. एके काळी मी एक तेजस्वी पत्रकार होतो. आपल्या लेखणीच्या फटकाऱ्याने सबंध जग जिंकण्याची त्या वेळी मला उमेद होती. अनेक महान पुढाऱ्यांना धमकावण्याची संधी मी एकदाही कधी गमावली नव्हती. जगातल्या नामवंत माणसांना हां-हां म्हणता मी लोळवले होते. त्यांना उपदेश केला होता. मौल्यवान सूचना केल्या होत्या. भविष्यकाळाचे निदान केले होते.

पण हे सगळे टिकले नाही. हा व्यवसाय मला सोडावा लागला. एक आदर्श पत्रकार होऊन टिळक-आगरकरांची खंडलेली परंपरा पुढे चालू ठेवायची, या माझ्या

इच्छेवर पाणी सोडावे लागले.

आणि याला कारण पैसा! पैशाचे शास्त्र. 'अर्थशास्त्र' नावाचे जडजंबाल प्रकरण.

वास्तविक 'पैशाची' भाषा माणसाला लवकर समजते, असे म्हणतात; पण मला मात्र ते प्रकरण कधीच समजले नाही. वाङ्मय, राजकारण, समाजकारण ह्या महत्त्वाच्या विषयांचा अभ्यास मी अगदी कसोशीने केला. त्यातून मिळालेल्या ज्ञानामुळे 'पैसा' या क्षुद्र गोष्टीकडे कधीच लक्ष द्यायचे नाही असे, मी ठरवले होते. बालपणापासून पैशाची अशी विरक्ती अंगास भिडलेली. बोलून-चालून बालपणच ते. त्यातून रम्य. मग पैशाचे महत्त्व कुठून कळणार? दुसऱ्याच्या घरी जेवायला गेलो म्हणजे दक्षिणा म्हणून जी वस्तू मिळते, त्यास पैसा असे म्हणतात, एवढेच ज्ञान मला या पैशाबद्दल होते. पुढे शाळकरी वयात या पैशामुळे दाणे, पेरू, शेंगा इत्यादी उत्कृष्ट पदार्थ मिळू शकतात हे ज्ञान आले; पण यापेक्षा त्याचे महत्त्व कधीच वाटले नाही. जगात पैसा ही गोष्ट अत्यंत क्षुद्र असून ज्ञान हे खरे महत्त्वाचे आहे, ही गोष्ट मनावर इतकी बिंबली होती की, त्या विषयाचा अभ्यास मी चुकूनही कधी केला नाही. कॉलेजमध्ये शिकत असतानादेखील 'इकॉनॉमिक्स' हा विषय मी बाणेदारपणे टाळला. असला क्षुद्र आणि माणसाला मोहात पाडणारा विषय शिकून अनंत पापांचे धनी व्हावे, ही गोष्टच मला लाजिरवाणी वाटली. त्यामुळे चुकूनही मी त्या भानगडीत पडलो नाही. पैसे माणसाला थोडेसे लागतात आणि ते मिळवायचे असतात, एवढेच ज्ञान मला झाले होते आणि तेवढे पुरेसे होते. केवळ पैशाचे व्यवहार करणाऱ्या बँकांसारख्या संस्थांच्या तर मी वाऱ्यालादेखील उभा राहत नसे. बँका हा काय प्रकार आहे, हेच माझ्या ध्यानी येत नसे. इतक्या सगळ्या लोकांचे पैसे गोळा करण्याची ही उठाठेव कशासाठी? पैसे पुन्हा परत करायचे तर मग ते आधी घ्यायचे कशाला? (पहिल्या-पहिल्यांदा या बँकांबद्दल माझे थोडे तरी बरे मत होते. कारण माझी समजूत अशी होती की, ज्याला ज्याला पैसे हवे असतील त्याने त्याने बँकेत जायचे आणि पैसे घेऊन परत यायचे. पुढे कळले की, बँकेतील पैसे काढण्यासाठी आधी पैसे भरावे लागतात. मग मात्र बँकांबद्दल माझे वाईट मत झाले ते झालेच.) आपलेच पैसे घेऊन ते भरण्यासाठी रांगेत उभे राहायचे आणि पुन्हा रांगून उभे राहून ते काढायचे, हा काय मूर्खपणा आहे, हे मला कधीच कळले नाही. म्हणून बँक हा प्रकार मी वर्ज्यच केला होता.

राजकारण, धर्म, नीती, समाजशास्त्र या शास्त्रांत मात्र माझी गती बरीच झाली होती. समाजाला आपल्या या ज्ञानाचा उपयोग करून देण्यासाठी आपण वृत्तपत्रक्षेत्रातच शिरणे योग्य, हे माझ्या केव्हाच ध्यानात आले होते. तसा मी पत्रकार होण्यासाठीच जन्माला आलो होतो. लहानपणापासून माझा पिंड वृत्तपत्रकाराचाच. बाणेदारपणा, नि:पक्षपाती वृत्ती, कोणत्याही विषयावर बोलण्याची आणि लिहिण्याची तयारी आणि

लोकहिताची कळकळ हे त्यासाठी लागणारे सर्व गुण माझ्या ठिकाणी प्रकर्षाने होते. अगदी बालपणापासून होते. भूक लागली म्हणजे मी लहानपणीसुद्धा रडून-रडून घरभर गोंधळ घाली आणि झालेल्या अन्यायाला प्रगट वाचा फोडी, असे वडीलधारी मंडळी कौतुकाने सांगत. एकदा अभ्यास न केल्याचे निमित्त सांगून शिक्षकांनी मला वर्गाबाहेर काढले, तेव्हा महिनाभर शाळेत पाऊल न ठेवून मी माझा बाणेदारपणा सिद्ध केला होता. सारांश, वृत्तपत्रव्यवसायास लागणारे असे अनेक गुण माझ्या अंगी होते. मला त्या पवित्र व्यवसायाबद्दल पहिल्यापासूनच प्रेम होते. आपले शिक्षण संपले म्हणजे याच व्यवसायात शिरून आदर्श पत्रकार व्हायचे आणि खूपशी लोकजागृती करावयाची, असे मी केव्हाच ठरवून ठेवले होते. त्यानुसार कॉलेजचे शिक्षण संपले आणि एका स्थानिक दैनिकात उपसंपादकाची नोकरी मिळाली, तेव्हा माझा आनंद गगनात मावेनासा झाला. रोज दिवसभर इंग्रजी बातम्यांची भाषांतरे करून मी लवकरच त्यात पटाईत झालो आणि मधूनमधून स्वतंत्र मजकूर लिहिण्याच्या पायरीपर्यंत येऊन पोचलो.

सुरुवातीला संपादकांनी काही 'स्फुटे' लिहिण्याचे काम माझ्यावर सोपवले होते. त्याचा फायदा घेऊन मी माझी निर्भीड मते बाणेदारपणे मांडण्यास प्रारंभ केला. कोरियाची फाळणी कशी चुकीची आहे, हे मी इतक्या प्रामाणिकपणे दाखवून दिले की, खुद्द संपादकांनीही मान डोलावली. चीनमध्ये कम्युनिस्ट क्रांती घडून आली, तेव्हा 'लाल चीनचा लाल चौ एन लाय' हे माझे स्फुट बरेच गाजले. संयुक्त महाराष्ट्रासंबंधी मी काँग्रेस सरकारवर इतकी विदारक टीका केली होती की, ती वाचून महाराष्ट्रातील काँग्रेस पक्ष हादरला होता, असे काँग्रेसभवनमधल्या एका शिपायाने खासगीरीत्या मला सांगितले. हळूहळू माझे हे स्फुटलेखन इतके वाढले की, संपादकांचा अग्रलेख स्फुटासारखा वाटू लागला. त्यामुळे संपादकांनी असूयाबुद्धीने माझ्या या लिखाणाला कात्री लावण्याचा खटाटोप चालू केला; पण कात्रीतून उरलेला मजकूरही खूप जहाल असल्यामुळे मी त्या किरकोळ गोष्टीची बिलकुल फिकीर केली नाही. मध्यंतरी एक-दोन अडचणी आल्या होत्या. एकदा सरकारने गुळाचे भाव बांधून दिल्याची बातमी आली होती आणि ह्यावर एखादे 'स्फुट' लिहिण्यास संपादकांनी मला सांगितले होते. तिथे मात्र माझी गाडी अडली. सरकारला गुळात काय एवढी चव आहे, हे मला बराच वेळ विचार करूनही समजले नाही; पण, इतर वर्तमानपत्रे चाळून मी स्फुटात सविस्तर बातमीच ठोकून दिली. फक्त शेवटी, 'सरकारने अशा तऱ्हेची कारवाई करावी, असे बरेच दिवस लोक म्हणत होते. आता हा प्रश्न सुटण्याच्या मार्गाला लागेल, अशी आम्हास आशा वाटते,' एवढे मोघम भाष्य करून मी त्यातून सुटका करून घेतली.

पण एकदा मात्र मोठा कठीण प्रसंग आला.

एके दिवशी नेहमीप्रमाणे मी इंग्रजी बातम्यांचे भाषांतर करण्याचे काम पूर्ण करून जरा स्तब्ध बसलो होतो आणि उद्या कशावर 'स्फुट' लिहावे, याचा विचार करीत होतो. तेवढ्यात संपादक टेलिप्रिंटरवरील तारांचे भेंडोळे निरखीत म्हणाले, "अहो, फार महत्त्वाची बातमी क्रीडवर आलीय. तुमचं लक्ष कुठं आहे? शेअर बाजारात मोठी घबराट उडाली आहे."

शेअर बाजार म्हणजे शेअर नावाचे कागद विकण्याची जागा– एवढाच त्याचा अर्थ मला ठाऊक होता. त्यापेक्षा त्या शब्दाची मला माहिती नव्हती. म्हणून मी कुतूहलाने म्हटले, "का? कुणी मेलेबिले की काय?"

"कुणी मेलं तर शेअर बाजार बंद होईल; घबराट होत नाही." संपादक माझ्याकडे चमत्कारिक दृष्टीने पाहत म्हणाले, "स्टर्लिंग एरियात रुपया गडगडल्याची बातमी आहे!"

"काय?" मी दचकून विचारले, "काय गडगडल्याची बातमी आहे?"

"रुपया; आपला भारतीय रुपया गडगडला."

"अरेच्चा!"

संपादकांनी एवढी मुद्द्याची गोष्ट सांगितल्यावर माझ्या डोळ्यांसमोर घडलेल्या प्रसंगाचे चित्र तसे स्पष्ट उभे राहिले. शेअर बाजार नेहमीप्रमाणे भरला असेल. लोक आपापले शेअर दुकानात मांडून गिऱ्हाइकांची वाट पाहत बसले असतील. ते विकून गोळा झालेले रुपये मुख्य इमारतीच्या वरच्या मजल्यावर थैल्या भरून ठेवले असतील. मग काही तरी घोटाळा झाला असावा. रुपयांचा हा ढीग वरून एकदम खाली कोसळला आणि सगळे रुपये गडगडले. जिन्यावरून हजारो बंदे रुपये भराभर घरंगळत खाली रस्त्यात येताहेत आणि रस्त्याने पळताहेत, हा प्रकार पाहिल्यावर घबराट होणार नाही तर काय होईल? रुपयेच ते, गोल गोल अन् गुळगुळीत. त्यांना गडगडायला काय उशीर!... घबराट होणारच. आता आले लक्षात सगळे.

चिंतातुर मुद्रा करून मी म्हटले, "मग आता काय होईल हो पुढं?"

संपादकांनी एवढ्या वेळात त्या बातमीचे भाषांतर करून ती कंपोझिटरजवळ दिली होती. काम संपवून ते म्हणाले, "काय होणार? आपल्या आर्थिक व्यवहारावर, आयात-निर्यातीवर चांगलाच परिणाम होणार अन् काय!"

"होणारच!" मीही कबूल केले. "एवढा मोठा गोंधळ झाल्यावर आपल्या व्यवहारात गडबड थोडीशी होणारच. सरळच गोष्ट आहे."

"थोडीशी? अहो, चांगलीच गडबड उडणार. बरं, आणखी बातमी पुढं आली तर जोडून द्या. ठळकपणानं द्या. विसरू नका. मी जातो."

"छे: छे:! विसरतो कसा? ताबडतोब देतो."

मी म्हणालो आणि बातमी येण्याची वाट पाहत बसलो. संध्याकाळ होईपर्यंत मी पुढच्या बातमीची वाट पाहत होतो. मागे मुंबईत स्फोट झाला, त्या वेळी सोन्याच्या चिपा उडाल्या होत्या आणि त्या काही काही लोकांना मागाहून सापडल्या होत्या. निदान तसे काही तरी वाचल्याचे मला आठवत होते. आताही अशाच प्रकारची बातमी येणार, याबद्दल मला खात्री होती. हे घरंगळत गेलेले रुपये नक्कीच कोठे तरी कानाकोपऱ्यात जाऊन पडले असतील. कुठे गटारात, तर कुठे कचऱ्याच्या पेटीजवळ. त्यातले काही लुच्च्या लोकांनी पळवले असतील; पण काही इतर लोकांनाही ते सापडले असतील. ते त्यांनी परतही केले असतील. या त्यांच्या प्रामाणिक वर्तनाबद्दल शेअरवाल्यांनी त्यांना काही तरी बक्षीस दिले असेल. रुपये सापडल्यामुळे व्यापारावरील परिणाम कमी झाला असेल आणि पुन्हा आयात-निर्यात थोडीशी वाढली असेल –

असली काही तरी बातमी नक्की येणार, म्हणून मी वाट पाहत होतो. संध्याकाळपर्यंत टेलिप्रिंटरवरील बातम्या पुनः पुन्हा पाहिल्या; पण ही वार्ता काही आली नाही. दुसऱ्या बातम्या मात्र रग्गड होत्या; पण त्या सगळ्या फालतू दिसल्या. मंत्रिमंडळाची तातडीची बैठक भरली होती. अर्थमंत्र्यांनी कुणाकुणाशी दिवसभर चर्चा केली होती. काही पुढाऱ्यांनी पत्रके काढली होती; पण या गोष्टी काय नेहमीच्याच होत्या. मंत्रिमंडळाची बैठक बहुधा तातडीचीच असते; अर्थमंत्री नेहमीच कुणाशी तरी चर्चा करीत असतात आणि पुढारी हे पत्रके काढीतच असतात. आपण अशा गोष्टीकडे बिलकुल लक्ष द्यायचे नसते, हे मला पूर्णपणे ठाऊक होते. म्हणून मी या वार्तांकडे दुर्लक्ष केले. गडगडलेले रुपये सापडल्याची बातमी शेवटपर्यंत आली नाही ती नाहीच. वाट पाहून मी घरी गेलो, मात्र जाण्यापूर्वी 'हे रुपये अजून सापडलेले नाहीत', एवढे वाक्य मी मुद्दाम त्या बातमीला जोडून दिले होते. दुसऱ्या दिवशी सकाळी अंक पाहिला, तेव्हा ही बातमी पुष्कळ मोठी दिली होती; पण माझे वाक्य मात्र कोठेच दिसले नाही. रात्रीच्या संपादकाने ते काढून टाकलेले पाहून मला फारच चीड आली. त्याबद्दल संपादकांजवळ चांगलीच तक्रार करायची, असे मी ठरवून टाकले.

पण ऑफिसमध्ये पोचल्यावर संपादकांनीच मला बोलावणे धाडले. ते बरेच रागात दिसले. मी त्यांच्यासमोर उभा राहिल्यावर ते जोराने म्हणाले, "मी तुम्हाला काय सांगितलं होतं? पुढच्या सगळ्या बातम्या द्या, म्हणून सांगितलं होतं ना?"

"हं... होय." मी मान डोलावली. "मी संध्याकाळपर्यंत इथंच होतो; पण बातमी काही आलीच नाही. हे गडगडलेले रुपये सापडलेले दिसत नाहीत अजून."

"कसले रुपये?" संपादक तावातावाने म्हणाले. त्यांचा चेहरा हिंस्र दिसला. मला चांगलीच भीती वाटली. "मंत्रिमंडळाची तातडीची बैठक झाली. अर्थमंत्र्यांनी निरनिराळ्या तज्ज्ञांशी वाटाघाटी केल्या. अन् काहीच बातमी नाही आपल्या पेपरात?

कमाल झाली तुमची!''

''म्हणजे?'' मला आश्चर्य वाटले. ''या गोष्टींचा काय संबंध इथं?''

''संबंध काय? शहाणे आहात फार! ही वर्तमानपत्रे बघा बाकीची जरा. सगळ्यांनी कशी फ्लॅश केली आहे न्यूज, ते तरी बघा.''

संपादकांनी माझ्या अंगावर इतर वर्तमानपत्रांचा गठ्ठा भिरकावला. इतक्या जोराने की, त्या गठ्ठ्याचा एक कोपरा डोळ्याला लागला अणि डोळ्याला चांगलेच लागले; पण तो एका हाताने दाबून धरून मी एकेक वर्तमानपत्र चाळून पाहू लागलो. सगळ्यांनी या बातम्यांचा संबंध रुपया गडगडण्याशी जोडल्याचे पाहून मी चकित झालो. 'कमाल आहे! एवढ्याशा गोष्टीसाठी मंत्रिमंडळाची तातडीची बैठक ती काय, अर्थमंत्र्यांची चर्चा ती काय! सगळाच मूर्खपणाचा बाजार आहे, झाले! आपल्या मंत्र्यांना काही उद्योग नाही, असे आपणच एकदा स्फुटात लिहिले होते, ते अगदी खरे आहे. उद्या ओसाडगावातल्या एखाद्या हडकुळ्या गाईला तीन तोंडाचे वासरू झाले तरी आपल्या मंत्रिमंडळाची तातडीची बैठक भरून त्यावर चर्चा होईल! हूं:!'

असे अत्यंत सात्त्विक संतापाचे विचार माझ्या मनात आले आणि मी गप्प बसून राहिलो. थोड्या वेळाने ध्यानात आले की, संपादक आपल्याला उद्देशून बराच वेळ रागारागात काही भाषण करीत आहेत आणि त्यात काही अपशब्दही आहेत. मला फक्त शेवटची वाक्ये ऐकू आली.

''– असल्या गोष्टी मला बिलकुल खपणार नाहीत, सांगून ठेवतो. अर्थशास्त्रातला 'ओ का ठो'देखील कळत नाही अन् म्हणे मला पत्रकार व्हायचंय. जा, कामाला लागा. उठा.''

आदर्श पत्रकार व्हावे, ही माझी बालपणापासूनची महत्त्वाकांक्षा. म्हणून मुकाटपणे अपमान गिळून मी उठलो. त्या दिवशी दिवसभर राग नुसता आतल्या आत धुमसत होता. डोके विलक्षण तापले होते. त्यामुळे झणझणीत स्फुटे लिहून झाली. 'हरामखोर, मूर्ख, नालायक, अक्कलशून्य' असले बरेच शब्द मधूनमधून लेखणीतून आपोआप उतरले. त्यामुळे त्या दिवशीची स्फुटे फारच चुरचुरीत झाली. आणि संपादक थोडेसे शांत झाल्यासारखे दिसले. त्यांचे माझ्याबद्दलचे मत जरा निवळल्यासारखे वाटले. मिशांच्या आडून जरा हसल्यासारखे दिसले, तेव्हा मी सुटकेचा निःश्वास सोडला.

ह्या वेळी हातावरचे पोटावर निभावले. नंतरचे महिना-दोन महिने चांगले गेले. या महिना-दोन महिन्यांत मी बरीच प्रगती केली. संपादक आमांशाने आजारी पडले ही संधी साधून मी स्फुटावरून अग्रलेखापर्यंत उडी मारली. 'या धमक्या कशासाठी?' हा स्टालिनवर लिहिलेला अग्रलेख आमच्या पत्राचे मालक शेठ मोतीमल यांना विशेष आवडला. तसेच 'ते दिवस आता विसरा!' हा दक्षिण आफ्रिकेच्या वर्णद्वेषी धोरणाविरुद्ध चीड व्यक्त करणारा अग्रलेखही गाजला. त्या दिवशी कंपोझिटर्सनीसुद्धा

माझे कौतुक केले. 'सायेब, तुमची म्याटर कंपोज करताना टकुऱ्यातल्या शिरा सारख्या तडातड उडत हुत्या.' असे एक आजारी कंपोझिटर म्हणाला, तेव्हा माझ्या अंगावर मूठभर मांस चढले. 'नेहरू आणि बोरू' हा पं. नेहरूंच्या पुस्तकावरील अभिप्रायवजा लेख तर नेहरूंकडे पाठवून द्यायला पाहिजे, असे मत अनेक लोकांनी माझ्याजवळ व्यक्त केले. एकंदरीत या दीड-दोन महिन्यांत पत्रकार म्हणून माझी बरीच प्रगती झाली.

– आणि अखेरीस तो भयंकर दिवस ओढवला! खरोखरच भयंकर! पत्रकाराच्या धंद्यातील तो अखेरचा दिवस.

एके दिवशी दुपारी मी नेहमीप्रमाणे भाषांतर करीत बसलो असताना संपादकांनी मला आपल्या खोलीत बोलावले. पेन्सिलने टेबलावर टक् टक् करीत ते म्हणाले, "आज २८ फेब्रुवारी. लक्षात आहे ना?"

"तर!" मी मान हलवली. "लक्षात नाही असं कसं? मग पगार केव्हा? आज का उद्या? मला वाटतं, आजच –"

संपादकांनी जोरात पेन्सिल वाजवली. मी एकदम गप्प बसलो.

"पगारासाठी सांगितले नाही आज तुम्हाला हे. अहो, आज बजेटचा दिवस आहे."

"कसलं बजेट?" मी कुतूहलाने विचारले.

"कसलं बजेट म्हणून काय विचारता?" संपादकांनी आवाज चढवला. "परवा रेल्वेचं बजेट नाही का आलं?"

"हो– हो, थर्ड क्लासचं भाडं वाढणार म्हणून बातमी होती, तीच ना? आता आलं लक्षात."

"आज तर जनरल बजेट आहे. संध्याकाळी पाच वाजता मॅजिस्ट्रेटच्या कोर्टात जा अन् बजेट घेऊन या."

"मॅजिस्ट्रेटच्या कोर्टात?"

"हां."

"बजेटचं काम सध्या तिथं चालू आहे काय?"

"शहाणे आहात फार! जा आणि बजेट घेऊन या तिथनं. रात्री सविस्तर बातमी दिली पाहिजे आपल्याला. अन् तुम्हीही आज रात्री इथंच थांबा."

"बराय."

मला काही कळले नाही; पण मान हलवली. संध्याकाळी भाड्याची सायकल घेऊन मॅजिस्ट्रेटच्या कोर्टात गेलो. बाहेरच्या बाजूलाच चपराशी उभा होता. त्याला विचारले, "बजेट इथं कुठं मिळतं?"

"बजेट?" त्याने चेहरा चमत्कारिक केला.

"हां–हां."

"कसला बजेट?"

"बजेट कसला? सरकारचा बजेट." मी करारीपणाने बोललो. त्याच्या अडाणीपणाची अगदी कीव आली.

"बजेट-बिजेट इथं नाही मिळत." तो म्हणाला. मग त्याने लांब कुठे तरी बोट दाखविले. "त्या तिथं कँटीन आहे बघा शिंध्याचं. तिथं मिळतं का बघा. इचारा."

मॅजिस्ट्रेट कोर्टातल्या कँटीनवाल्याकडे बजेट मिळेल, असं काही संपादकांनी सांगितल्याचे आठवत नव्हते. काही तरी घोटाळा आहे असे वाटले; पण उगीच चौकशी केली नाही असे व्हायला नको, म्हणून मी कँटीनवाल्याकडे चौकशी केली. त्यालाही या गोष्टीची काही कल्पना नव्हती; पण त्या बिचाऱ्याने मला स्टँप-व्हेंडरकडे पाठवून दिले. स्टँप-व्हेंडरकडून क्लार्क ऑफ दि कोर्ट, पुन्हा मॅजिस्ट्रेटचा चपराशी असे करीत-करीत तासाभराने मी मॅजिस्ट्रेटकडे पोचलो. त्या वेळी ते घरी निघण्याच्या तयारीतच होते. मी बजेटचे नाव काढल्यावर त्यांनी इतक्या उशिरा आल्याबद्दल जरा खडसावून आणि 'हे जर्नलिस्ट म्हणजे –' असले काही उद्‌गार काढून एक पुडके माझ्या हाती दिले.

पुडके घेऊन संध्याकाळी सात वाजता मी खानावळीत गेलो, जेवलो आणि आठच्या सुमारास ऑफिसमध्ये पोचलो. बघतो तो संपादक माझीच वाट पाहत इकडे-तिकडे येरझाऱ्या घालीत होते. मला बघितल्यावर ते रागारागाने म्हणाले, "आता उगवलात? किती वाजले?"

"आठ... आठला दोन मिनिटं कमी आहेत."

"शटप्!" ते एकदम ओरडले, "इकडे टेलिप्रिंटरचं मशीन बंद! बजेट आणायला म्हणून तुम्ही जे गेलात, त्याचा पत्ताच नाही. आहे काय हे? अडीच-तीन तास झाले, मी वाट बघतोय इकडं. परगावच्या एडिशनला काही तरी मजकूर घालावा म्हणून लोक खोळंबलेत. कंपोझिटर्सना आम्ही थांबवून धरलंय्. अन् तुम्ही आता आलात? छान!"

"पण मी तरी काय करणार!" मी दमून-भागून खुर्चीवर बसत म्हणालो, "ते बजेट लेकाचं कुठं मिळालंच नाही लवकर. कँटीनवाल्याजवळ नव्हतं, स्टँप-व्हेंडरजवळ नव्हतं, क्लार्क ऑफ दि कोर्टजवळ नव्हतं, शेवटी खुद्द मॅजिस्ट्रेटनाच जाऊन भेटलो; तेव्हा त्यांनी दिले मला. पैसे मात्र काही घेतले नाहीत हं! चांगला दिसला माणूस. फुकटच दिलं बुवा."

माझा हा खुलासा ऐकून पुडके फोडता-फोडता संपादक एकदम थांबले. माझ्याकडे टक लावून पाहत राहिले. मग ते मट्‌कन खुर्चीवर बसले. काही बोलले नाहीत. बराच वेळ ऑफिसमध्ये भीषण शांतता पसरली. मला कसली तरी अनामिक भीती वाटू लागली. मी डोळे मिटून घेतले.

मग एकदम वीज कडाडल्यासारखा आवाज झाला.

“तुम्ही गाढव आहात शुद्ध!”

मी डोळे उघडले. त्यांच्याकडे बघितले आणि पुन्हा एकदा मिटले, “बजेट म्हणजे काय अन् ते कुठं मिळतं, हेही ठाऊक नाही तुम्हाला? कशाला या धंद्यात आलात? मूर्ख... नालायक...”

पाच-दहा मिनिटे एकसारखी सरबत्ती चालली होती. माझ्याच स्फुटांतील विशेषणांचा आहेर मला मिळत होता, याचे मला विशेष वाईट वाटत होते. आतल्या आत अंगाचा इतका दाह होत होता की, उद्याच्या स्फुटात काँग्रेस सरकारची बिलकुल गय करायची नाही, असे मी मनातल्या मनात ठरवून टाकले.

पाच-दहा मिनिटे हा प्रकार चालल्यावर संपादक थकून थांबले. मुकाट्याने ते बजेट चाळू लागले. वाचता-वाचता ते मधूनच, “अरेच्चा!... अरे बापरे!... हं, असं झालं काय? ठीक ठीक. पोस्टकार्डाचा दर वाढला का? वाटलंच मला...” इ. इ. उद्गार काढीत होते. पोस्टकार्डाचा उल्लेख ऐकून मला उत्साह आला. म्हणालो, “आमच्या घराजवळ पानपट्टीवाला आहे ना, त्यानंही पोस्टकार्डाचा दर वाढवला आहे. परवा त्यानं पाच पैशांचं कार्ड मला सहा पैशाला दिलं. त्यानं मागंच बजेट वाचलेलं दिसतंय.”

“खामोश!” संपादक इतक्या मोठ्यांदा ओरडले की, मला एकदम दरदरून घाम फुटला. “तुम्ही आता काही बोलू नका. हे बजेट घ्या अन् थोडक्यात याची बातमी तयार करा बरं. बघू काय दिवे लावता ते. हं, घ्या हे –”

संपादकांनी ते बजेटचे कागद माझ्या अंगावर जवळजवळ फेकलेच. ते कसेबसे झेलून मी वाचून पाहू लागलो; पण जिकडे-तिकडे कोष्टके आणि आकडेच दिसू लागले. बरे, हे आकडेही सगळे कोटी आणि लाख. हे बजेट नसून गणिताचे नवे पुस्तक तर चुकून आले नसेल ना, अशीही शंका चाटून गेली; पण बोलण्याचे धैर्य झाले नाही. शिवाय वर उल्लेख अगदी स्पष्ट होता. बराच वेळ ते कागद चाळूनदेखील मला एक अक्षर समजले नाही. शेवटी काही तरी बोलायचे म्हणून मी भीत-भीत म्हटले, “बरंच मोठं दिसतंय् बजेट या खेपेस!”

“बजेट मोठंच असतं.” संपादकांचा करडा आवाज ऐकू आला.

“नाही, पण... यात आकडे बरेच आहेत.”

“त्यात आकडेच असतात.”

“पण ही कोष्टकं –”

“कोष्टकं असतातच.”

“पण हे बजेट –”

“ते बजेटच आहे.”

हताश होऊन मी त्या बजेटची पाने पुन्हा चाळली. इकडे-तिकडे बराच वेळ

केले. काही वाचण्याचा प्रयत्न केला. बराच वेळ डोके खाजवले. मग पुढीलप्रमाणे बातमी तयार केली–

'...अर्थमंत्र्यांनी लोकसभेला बजेट सादर केले. हा अहवाल एकूण पन्नास पृष्ठांचा असून त्यात सर्व माहिती पुराव्यानिशी आणि योग्य ती आकडेवारी देऊन सिद्ध केली आहे, ही गोष्ट विशेष समाधानकारक आहे. यांतील काही पाने पाहिली असता बऱ्याच वस्तूंचे भाव वाढले असल्याचे दिसून येते. या भाववाढीबद्दल आम्ही येथेच आमचा निषेध नोंदवून ठेवतो. काहींचे भाव कमी झाले असल्याचीही शक्यता आहे. कर बसविणे हे सरकारचे नेहमीचेच काम असल्यामुळे यात कर बसवलेले आहेत, हे चाणाक्ष वाचकांना निराळे सांगावयास नकोच. या कराचे आकडे कित्येक कोटींचे आहेत. त्यावरून सरकार जनतेला कसे लुटीत आहे, हे कोणाच्याही ध्यानी यावे. तुकारामाची गाथा, नवनीत, ज्ञानेश्वरी या ग्रंथाबरोबरच हे बजेटही सरकारने स्वखर्चाने विनामूल्य प्रसिद्ध केले, याबद्दल मात्र सरकारचे अभिनंदन करणे आवश्यक आहे...'

मी वरीलप्रमाणे बातमी लिहीत होतो, तेवढ्यात संपादकांनी मी लिहीत असलेला कागद खस्‌कन ओढून घेतला आणि तो वाचायला प्रारंभ केला. मी मोठ्या आशेने त्यांच्या तोंडाकडे पाहू लागलो; पण वाचता-वाचता त्यांचा चेहरा असा काही बदलत गेला की, माझी छाती धडधडू लागली.

मजकूर वाचून झाल्यावर त्यांनी मला हाक मारली. मी तत्परतेने दोन्ही हात छातीवर आडवे ठेवून त्यांच्यासमोर नम्रपणे उभा राहिलो.

"तुम्ही अर्थशास्त्र शिकला आहात?"

"न-नाही." मी मान हलवली.

"चलन-फुगवटा म्हणजे काय, तुम्हाला ठाऊक आहे?" ते ओरडले.

"न-नाही."

"भांडवली खर्च?"

"छे:!"

"तुटीचे अंदाजपत्रक?"

"छट्."

"घसारा निधी?"

"शाळेत मुलांसाठी घसरगुंड्या असतात. त्या बांधण्यासाठी असतो, तोच ना?" मी आशाळभूतपणे विचारले.

"प्रत्यक्ष कर आणि अप्रत्यक्ष कर?"

"ठाऊक आहे. आपण प्रत्यक्ष जाऊन कर भरला म्हणजे तो प्रत्यक्ष कर. अन् शिपायामार्फत नाही तर गड्याबरोबर पैसे पाठवून भरला म्हणजे तो अप्रत्यक्ष कर." मला थोडासा आत्मविश्वास वाटू लागला.

''इन्कम-टॅक्स?''

''हां हां, म्हणजे इतर लोक भरतात तो. आपला मात्र त्या भानगडीशी काही संबंध नाही. आधीच सांगून ठेवतो.''

''बरं, सुपर टॅक्स?''

''सुपारीवरील कर. बरोबर आहे ना?''

संपादकाचे डोळे इंगळीसारखे लाल झालेले दिसले. मी मनात हबकलोच. काही तरी भयंकर घडणार, असे मला वाटू लागले. थोडा वेळ विचित्र शांतता पसरली. मग संपादकांनी एकदम मॅनेजरांना हाक मारली. मॅनेजर आल्यावर ते म्हणाले, ''यांना संबंध महिन्याचा पगार द्या अन् रिक्षा करून घरी पाठवून द्या.''

मला उद्देशून त्यांनी बाहेरच्या बाजूला बोट दाखवले. मी तिकडे बघू लागलो, तेवढ्यात ते उठले आणि आतल्या खोलीत दिसेनासे झाले.

– पुढचा वृत्तान्त काय सांगायचा?

तेव्हापासून वृत्तपत्र व्यवसायाचे नाव नाही. मधून-मधून केव्हा तरी वर्तमानपत्रं चाळतो एवढंच; पण त्यादेखील ठरावीक बातम्या. आंतरराष्ट्रीय राजकारण, काँग्रेसमधील भांडणे, मोर्चे, संप, हरताळ, तीन तोंडांचे वासरू, पाच पायांचे रेडकू, अडीच डोळ्यांचे शिंगरू, सिनेमाच्या जाहिराती– बस्स! इतर बातम्या चुकून वाचत नाही. बजेटच्या दिवशी तर कडकडीत एकादशी... वर्तमानपत्राला चुकून हात लावत नाही.

अठ्ठावीस फेब्रुवारीचा तो दिवस आठवला की, अजून अंगाला कापरे भरते. अधून-मधून केव्हा तरी भयंकर स्वप्न पडते... अठ्ठावीस फेब्रुवारी. संध्याकाळचे पाच वाजले आहेत. लोकसभेचे सभागृह सदस्यांनी आणि प्रेक्षकांनी काठोकाठ भरलेले आहे. लोक उत्सुकतेने वाट पाहत आहेत. एकाएकी कुणी तरी आपल्या हातात बजेटचे कागद आणून देतो आणि धक्का देऊन आपल्याला उभा करतो. सगळ्या लोकसभेची कौतुकाची नजर आपल्याकडे लागते. एकदम लक्षात येते की– अरे, आपणच अर्थमंत्री आहोत. आता आपल्यालाच बजेट सादर करायचे आहे. बजेटच्या कागदांकडे सहज लक्ष जाते. त्यातली आकडेवारी आणि कोष्टके पाहून एकदम भीती वाटू लागले. बाप रे! आता यातले सांगायचे काय?... पाय कापू लागतात, डोळ्यांपुढे अंधारी येते आणि –

– आणि मोठी किंकाळी फोडून मी जागा होतो. सगळ्या अंगाला दरदरून घाम सुटलेला आहे, हे ध्यानात येते. मग असले दुष्ट स्वप्न पडू नये, म्हणून मी त्या दिवशी पुन्हा झोपीच जात नाही.

/

## २.
## ड्रॉइंग मास्तरांचा तास

इतिहासाचे मास्तर रजेवर होते. वर्ग रिकामाच होता. घंटा होऊन पाच मिनिटे झाली तरी कोणी आले नाही, हे पाहून आम्हाला बरे वाटले. आता कोणी गुरुजी येत नाहीत, हे नक्की. झकास झाले! तीन-चार तास अभ्यास करून हातांची बोटे दुखायला लागली होती. कंटाळा आला होता. आता एवढा तास झाला म्हणजे मधली सुट्टीच. पोटात खड्डा पडला होता. केव्हा एकदा मधली सुट्टी होते आणि डबा खातो असे झाले होते. पिशवीतल्या डब्याकडे एकसारखे लक्ष जात होते आणि मनाला त्रास होत होता. हा एवढा तास... एवढा तास संपला म्हणजे जिंकली. थोडी कळ काढायला पाहिजे...

आम्ही असा विचार करीत होतो आणि गुरुजींची वाट पाहत होतो; पण कोणी आले नाही. घंटा होऊन पाच मिनिटे झाली. याबरोबर सगळीकडे आनंदीआनंद पसरला. पिशवीतला डबा काढून मी तो एकदम उघडून पाहिला. त्यातले एक कडबोळे तोंडात टाकले. दुसऱ्याने काही उद्योग नसल्यामुळे बाक वाजवायला सुरुवात केली. कुणी शेजारच्या पोराच्या पाठीत धपाटा घातला. कुणी मॉनिटरला वेडावून दाखवले. दोघा-चौघांनी बाकावर उभे राहून उड्या मारल्या आणि टांगत्या दिव्याला हात लावण्याचा प्रयत्न केला. एकाने 'इय' म्हटल्यावर दुसऱ्याने 'हुई' केले. हळूहळू वर्गात चांगलाच गोंधळ माजला.

कडबोळे खाता-खाताच माझे समोर लक्ष गेले. डाव्या बाकावरचा वामन्या देशपांडे तोंडात पेन्सिल घालून तोंड वाजवीत होता.

त्याच्या खाकी पँटमधून लंगोटीचे टोक बाहेर लोंबत होते. वामन्या लेकाचा बावळटच आहे. नेहमी लंगोट्या घालून येतो आणि मारुतीसारखा शेपटी लांबवून बसतो. मला तर इतके हसू येते म्हणता!... हळूच मी उठलो आणि हात पुढे करून त्याची लंगोटी ओढली.

त्याबरोबर वामन्या ओरडला आणि त्याची सबंध लंगोटी माझ्या हातात आली.

सगळा वर्ग खो-खो करून हसू लागला. वामन्याचे तोंड गोरेगोमटे झाले. कुणी तरी मोठ्यांदा ओरडले, "बजरंगबली की जय!"

"वामन्या, शेपूटऽऽ"

वामन्या रडकुंडीला येऊन म्हणाला, "देतोस का नाहीस माझी लंगोटी? बघ हं, नाही तर –"

"नाहीतर काय करशील?" मी त्याच्यापुढे लंगोटी नाचवली.

"गुरुजींना सांगेन."

– असे म्हणून त्याने लंगोटीचे एक टोक धरले आणि ओढले. मग मीही जोरात ओढले. आमची दोघांची रस्सीखेच सुरू झाली. बाकीच्या मुलांनी टाळ्या वाजवून या गोष्टीचे स्वागत केले. ह्यामुळे मला भलताच जोर आला. मारामारी करण्याच्या नादात मुले टाळ्या वाजवायची थांबली, हे माझ्या लक्षात आले नाही. जिकडे तिकडे एकदम शांतता पसरली. भोवताली गोळा झालेले पळत-पळत आपापल्या जागेवर पटापट जाऊन बसले; पण माझे लक्षच नव्हते. काही तरी धोका असल्यासारखे एकाएकी वाटले, म्हणून मी लंगोटी ओढता-ओढता एकदम समोर पाहिले.

बापरे!

समोर आमचे ड्रॉइंगचे मास्तर टेबलापाशी उभे होते.

त्याबरोबर मी हातातली लंगोटी एकदम सोडून दिली. वामन्या एकदम पाठीमागे कोसळला. त्याचे टाळके शेजारच्या बंडूच्या टाळक्यावर ठाण्दिशी आदळले. दोघेही मोठ्यांदा ओरडले.

घाईघाईने मी खाली बसण्याच्या बेतात होतो. तेवढ्यात ड्रॉइंग मास्तरांनी मला जवळ बोलावले. भीत-भीत मी जागा सोडली. टेबलाच्या दिशेने हलके-हलके प्रवास सुरू केला.

"अरे, लवकर ये ना गाढवा! चालता येत नाही का तुला?" ड्रॉइंग मास्तर ओरडले. मग ते स्वतःच माझ्याजवळ आले, माझा हात धरला.

"काय चाललं होतं?"

"काही नाही, सर. हा वामन्या आहे ना, तो म्हणाला माझी लंगोटी तर बघ किती जाम आहे. अजिबात फाटत नाही. म्हणून मी ओढली." मी नम्रपणाने उत्तर दिले.

"नाही सर, यानं उगीच माझी लंगोटी ओढली." वामन्या डोक्याला हात लावून

म्हणाला, "मी काही म्हणालो नव्हतो, सर –"

"होय का?"

असे म्हणून सरांनी माझ्या पाठीत एक गुद्दा चढवला. पाठ चोळीत-चोळीत मी विचारले, "पण सर –"

"काय?"

"आत्ता इतिहासाचा तास आहे, सर. ड्रॉइंगचा नाहीये."

"ते ठाऊक आहे मला. डोंगरेगुरुजी रजेवर आहेत, म्हणून मी आलोय." बोलण्याच्या नादात सरांनी माझा हात सोडला. मी पळत-पळत जागा गाठली. टाळ्या वाजवल्या.

"छान झालं सर, तुम्ही तासावर आलात. आता ड्रॉइंग घ्या, सर; इतिहास नको."

माझी ही सूचना ऐकल्यावर वर्गात जरा खळबळ माजली. सगळेच बोलू लागले. सरांना सूचना करू लागले. कुणी गोष्ट सांगण्याची सूचना केली, कुणी वादनाची पेटी आणण्याबद्दल ओरडून सांगितले, तर कुणी स्वस्थ बसून सगळ्यांनी विश्रांती घेणे इष्ट असल्याचा अभिप्राय व्यक्त केला; पण इतिहास नको याबद्दल सगळ्यांचे एकमत दिसले.

टेबलावर हात आपटून मास्तरांनी वर्गात शांतता स्थापन केली. मग ते नाक उडवीत खुर्चीत बसले. थोडा वेळ विचार केल्यावर ते रागीट मुद्रेने म्हणाले, "आता तास इतिहासाचा आहे ना?"

"होय, सर." मी पुन्हा नम्रपणे बोललो.

"मग? इतिहासाचा अभ्यास बुडवायचा विचार आहे का? आँ?"

"पण सर –"

"काय?"

"तुम्ही कसे इतिहास घेणार?"

मास्तरांचा चेहरा आणखीन रागीट झाल्यासारखा दिसला. ते जवळजवळ खेकसलेच. "का? मला नाही घेता येणार इतिहास?"

आमच्या ड्रॉइंग मास्तरांचे हे मोठे गमतीदार, बरे का. आम्ही काही सांगितले की, मुद्दाम उलटे म्हणतात. ड्रॉइंगच्या तासाला नेहमी असेच. डिझाईन घ्या म्हटले की म्हणतात 'फ्री हँड' घ्यायचे. 'फ्री हँड' घ्या म्हटले की, 'मॉडेल' काढायचे म्हणून जोरात सांगतात. चक्करच आहेत. कधी काय डोक्यात येईल, नेम नाही. म्हणून सगळे मास्तर त्यांना तिरशिंगराव का कायसे म्हणतात; पण हे खरेच इतिहास घेणार का? त्यांना इतिहास येतो की नाही, कुणास ठाऊक! येतही असेल. सरच आहेत, त्या अर्थी येत असणारच.

तेवढ्यात कुणी तरी उठून म्हणाले, "तुम्हाला येतो सर घ्यायला इतिहास?"

मग मात्र मास्तर खवळल्यासारखे दिसले. नाक फेंदारून ते ओरडले, "येतो का म्हणजे काय? आम्ही कधी इतिहास वगैरे शिकलो नाही का काय पूर्वी? खाड्खाड् पाठ म्हणून दाखवीत असू. आहात कुठं?"

ड्रॉइंगच्या सरांना इतिहास पण माहीत असतो, ही गोष्ट आम्हाला नवी होती. त्यातून या सरांना तर इतिहास घडाघडा पाठ येत होता, म्हणजे कमाल झाली. त्यांच्या तोंडावरून तसे कधी दिसले नाही. हां, तसे ते दिसायला जरा नाना फडणीससारखे होते थोडे. नाही असे नाही. रागीटही भारी. वरच्या वर्गातली मुले म्हणायची की, चिडले म्हणजे ते नादीरशहासारखे हुबेहूब वाटतात. एवढे त्यांचे माहीत आहे. बाकीचे कुणास ठाऊक! हसले म्हणजे महंमद तुघलकासारखे दिसत असतील का? इतिहासाच्या पुस्तकात महंमद तुघलकाचा एकही फोटो नव्हता. त्यामुळे नक्की सांगता येत नव्हते. ते काही का असेना म्हणा; पण ते इतिहास शिकवू शकतील, एवढे नक्की.

"सर, तुम्हाला होता इतिहास पूर्वी शाळेत?" मी विचारले.

"होता म्हणजे काय?" मास्तर जोरकस आवाजात म्हणाले, "होताच. तुमच्यापेक्षा अवघड होता बेट्यांनो, तरी मुखोद्गत सगळं. शिवाजीमहाराजांना औरंगजेबानं कसं हाल-हाल करून ठार मारलं, संभाजी आग्र्याहून कसा पळाला, अफझलखानानं शाईस्तेखानाचे कसे कान कापले – सगळं अगदी तोंडपाठ असायचं आम्हाला." मास्तरांचा चेहरा प्रसन्न दिसला, त्यांचे बोलणे ऐकता-ऐकता काही घोटाळा असल्यासारखे वाटले; पण सर उगीच चिडतील, म्हणून विचारले नाही.

"काय? काय अभ्यास चालू आहे सध्या?" सरांनी चौकशी केली.

मॉनिटर उठून उभा राहिला. त्याने हातातल्या इतिहासाच्या पुस्तकाची पाने चाळली.

"पानिपतची तिसरी लढाई झाली सर –"

"मग? मागेच झाली. झाली म्हणून मलाच सांगतोस काय?"

"तसं नाही, सर–" मॉनिटर सांगू लागला; पण सरांनी त्याला बोलूच दिले नाही.

"तसं नाही म्हणजे? म्हणजे काय, झालीच नाही असं तुला म्हणायचं आहे? शहाणाच आहेस. अरे, ती लढाई झालेली आहे. आम्ही सगळं पाठ केलेलं आहे पूर्वी."

"झाली म्हणजे वर्गात झाली – म्हणजे त्याचा अभ्यास झाला, सर. आता उजळणी घ्यायची आहे नुसती."

"हां –हां, मग असं सांग की. बघू पुस्तक."

ड्रॉइंग मास्तर उभे राहिले. त्यांनी एकवार सगळीकडे नजर फिरवली. इतिहासाच्या पुस्तकात थोडा वेळ पाहिले. "उजळणी आहे ना नुसती? मग काय, सोपं काम आहे. मी प्रश्न विचारतो; तुम्ही उत्तरे सांगा. काही शंका असली तर विचारा म्हणजे झालं. आं?"

आम्ही सगळ्यांनी मान डोलवली. पुस्तके उघडली. पाने पाहू लागलो. तेवढ्यात मास्तर गरजले, ''पुस्तकं बंद. आम्ही कधी उघडून पाहत नव्हतो. सगळं धडाधड म्हणून दाखवायचो आम्ही. हं सांगा –''

''काय?''

''अं – या लढाईला पानिपतची तिसरी लढाई का म्हणतात? सांगा.''

सगळ्या वर्गात एकदम शांतता पसरली. मी डोके खाजवू लागलो; पण उत्तर काही आठवेना. ठोंबरेमास्तरांनी या प्रश्नाचे उत्तर काही सांगितले नव्हते. निदान मला तरी आठवत नव्हते. का बरे याला तिसरी लढाई म्हणतात? याच्या आधी दोन लढाया झाल्या असल्या पाहिजेत, हे उघडच आहे. त्याशिवाय ही तिसरी कशी होईल? का ही तिसरी होती म्हणून याच्या आधीच्या लढाया पहिल्या आणि दुसऱ्या झाल्या? काय गोंधळ आहे कळत नाही. सांगावे झाले असेच उत्तर.

हात वर करून मी उत्तर सांगितले, तेव्हा मास्तर खूश झाले.

''शाबास! बरोबर सांगितलंस. आधी दोन लढाया झाल्यामुळं या लढाईला तिसरी लढाई असे म्हणतात.''

बंडू गोडबोले उठून म्हणाला, ''पण सर, पहिल्या दोन लढाया कुणाकुणांत झाल्या?''

''कुणाकुणांत?'' मास्तरांनी विचारले. मग त्यांनी हातातल्या पुस्तकात हळूच पाहिल्यासारखे वाटले. ''अरे, एवढं माहीत नाही तुला? कसा अभ्यास करता? आम्ही कसे पाठ करायचो पूर्वी –''

''कुणाकुणांत झाल्या, सर?''

मास्तरांनी पुन्हा काही पाने भराभर मागेपुढे केल्यासारखे वाटले.

''कुणाकुणात म्हणजे काय? आपल्यात अन् शत्रूत. समजा की, आपण समोर उभे आहोत, तर शत्रूही समोरच उभा. झाली लढाई सुरू. बरं, एकदा नाही, दोनदा अशी लढाई झाली. म्हणून या लढाईला तिसरी लढाई म्हणतात. आलं लक्षात?''

हा प्रश्न मास्तरांनी इतक्या दरडावून विचारला की, मी ताबडतोब मान डोलावली. बंड्या खाली बसला. तेवढ्यात वामन्या देशपांडे उठून उभा राहिला. वामन्या स्कॉलर आहे, तो सारखा काही तरी माहिती विचारीत असतो. गप्प बसून कधी ऐकतच नाही. वेडसरच आहे लेकाचा!

तो म्हणाला, ''तसं नाही, सर, पहिली लढाई बाबर आणि लोदी यांच्यात झाली, असं आहे पुस्तकात, सर –''

सर पुस्तक हातात घेऊन त्यावरून बोटे फिरवीत करड्या आवाजात म्हणाले, ''अगदी बरोबर! पुस्तकात तसं असणारच. कारण लढाई तशीच झाली अगदी. बाबर आणि कोण रे तो? ढोल्या का लोद्या– कोण तो?''

तेवढ्यात सद्या चष्मिष्ट उठला. सद्या वामन्यासारखाच शिष्ट आहे. सदान्कदा आपला शहाणपणा दाखवीत असतो.

"लोद्या नाही सर, लोदी सर."

मास्तर रागावून म्हणाले, "मग? लोदीच म्हणालो ना मी? का दुसरे काही म्हणालो?"

"पण कोणता लोदी, सर?"

"कोणता लोदी?" मास्तर पुन्हा विचारात पडल्यासारखे दिसले. मग त्यांनी टेबलाचा ड्रॉवर उघडला. त्यात उघडलेले पुस्तक ठेवून दिले. खाली मान घालून विचार केला – "कोणता लोदी रे देशपांडे?"

"इब्राहिमखान लोदी, सर." वामन्याने तत्परतेने उत्तर दिले.

"बरोबर. इब्राहिमखान मोदीच तो. मला माहीत आहे. लहानपणी पक्कं पाठ केलेलं आम्ही. इब्राहिमखान मोदी म्हणजे अगदी तोंडपाठ नावन् काय?"

"मोदी नाही, लोदी सर." वामन्याने पुन्हा चोंबडेपणा केला. मला अगदी चीड आली. मास्तरही चिडलेले दिसले. त्यांची मुद्रा पुन्हा रागीट झाल्यासारखी वाटली. त्यांनी इतके मोठे डोळे करून वामन्याकडे पाहिले की, वामन्या तर घाबरून खाली बसलाच; पण सद्या चष्मिष्टही बसला.

मास्तरांनी मग ही हकिगत पुन्हा सविस्तरपणे वर्णन करून आम्हाला सांगितली. बाबर आणि इब्राहिमखान यांच्यात पानिपतची पहिली लढाई झाली. ही पहिलीच लढाई आहे, आणखीन दोन लढाया पुढे होणार आहेत, हे सगळ्यांना ठाऊकच होते. बाबरलाही अन् इब्राहिमखानालाही माहीत होते. त्यामुळे दोन्ही सैन्ये एकमेकांशी अटीतटीने लढली. या लढाईत दोन्ही सैन्ये एकमेकांसमोर उभी होती. दोघेही एकमेकांना शत्रू मानीत होते, म्हणून त्या दृष्टीने जोरात हाणामारी झाली. भलताच पराक्रम झाला. इतका की, आता तो नको, असे वाटण्याची वेळ आली. या लढाईत एका पक्षाचा पराभव झाला आणि दुसऱ्या पक्षाचा विजय झाला. इतिहासाचे पुस्तक पाहिले असताना असे दिसते की, त्या बाबरला विजय मिळाला. यावरून इब्राहिमखानाचा पराभव झाला, हे सिद्ध होते. बाबरला अर्थातच दिल्लीची गादी का कायसेसे मिळाले. ही पानिपतची पहिली लढाई समजली जावी, असे त्याने सगळ्यांना सांगितले. सगळ्यांनाच ते पटल्यामुळे ती पहिली लढाई मानण्यात आली. त्यामुळे त्यानंतर झालेल्या लढाईस दुसरी व नंतरच्या लढाईस तिसरी अशी नावे देण्यात आली. ही पहिली लढाईच झाली नसती तर दुसरी आणि तिसरी होऊच शकली नसती. त्यामुळे इतिहासात या पहिल्या लढाईचे महत्त्व विशेष मानले जाते.

एवढी सगळी माहिती सांगून मास्तर म्हणाले, "– हां. समजलं का रे? आता दुसरी लढाई काही ह्या मानानं विशेष नाही म्हणून आपण तिसऱ्या लढाईकडं वळू

या. ही तिसरी लढाई कुणाकुणांत झाली बरं?''

वर्गातल्या दहा-पंधरा जणांनी हात वर केले. त्यातल्या एकाला मास्तरांनी उभे केले.

''हं, तू सांग.''

तोंडात दोन बोटे घालून त्याने सांगितले, ''भाऊसाहेब पेशवे आणि अब्दुल्ला.''

''बरोबर!'' मास्तरांनी मान डोलवली.

''नाही सर –'' मी ओरडून म्हणालो, ''तसं नाही सांगितलेलं ठोंबरेसरांनी. मराठे आणि गिलचे.''

''अहा रे! म्हणजे तेच –'' असे म्हणून वामन्या उठू लागला. तेवढ्यात मी डोळे वटारले. हळूच दम दिला, ''वामन्या, तू उठलास तर बघ; सांगून ठेवतो. पुन्हा लंगोटी पळवीन. उगीच शिष्टपणा करू नकोस.'' त्याबरोबर वामन्या पुन्हा खाली बसला. सगळ्यांचे हात पटापटा खाली झाले. सरांनी पुन्हा मला उभे केले.

''काय म्हणालास तू?''

''मराठे आणि गिलचे.''

''होय, हेही उत्तर साधारणपणे बरोबर आहे.''

''नाही सर, भाऊसाहेब पेशवे आणि अब्दुल्ला.'' मघाचा पुन्हा बोलला.

''असं म्हणतोस? ठीक. चालेल.''

''अब्दुल्ला नाही. अब्दा–''

''वामन्या–'' मी ओरडलो. वामन्या पुन्हा खाली बसला.

सरांचा चेहरा गोंधळलेला दिसला. त्यांनी आलटून-पालटून एकदा माझ्याकडे, एकदा त्या मुलाकडे पाहिले. थोडा वेळ त्यांनी मान खाली घातली. ड्रॉवरकडे पाहिले. बराच वेळ गेला तरी ते काहीच बोलेनात. मग तोंड वर करून ते म्हणाले, ''नाही ना कुणाला नीट सांगता येत? हात् लेको तुमची! लहानपणी असली माहिती आमची अगदी तोंडपाठ असायची. आता असं करा– पुस्तक उघडा अन् एकदा वाचा बरं धडा. बघू या, काय दिवे लावता ते. धडा पुन्हा वाचून तरी काय कळतं बघू द्या मला... कोण वाचतो?''

पुन्हा एकदा दहा-पंधरा हात वर झाले. त्यातल्या एकाला मास्तरांनी वाचायला सांगितले, तो वाचू लागला. दिल्लीहून भाऊसाहेब पेशवे कसे निघाले, त्यांनी कुंजपुरा ओलांडून यमुना कशी पार केली, इत्यादी भाग वाचला. मास्तरांनी त्याला खाली बसवले, खाली बसता बसता त्याने विचारले, ''सर, कुंजपुरा ओलांडला म्हणजे काय?''

आता मात्र आमचे ड्रॉइंग-मास्तर चांगलेच खवळले. त्यांनी रागारागाने टेबलावर हात आपटले, चेहरा भीषण केला.

''धन्य आहे! कुंजपुरा माहीत नाही? मग काय शिकलात काय तुम्ही? कुंजपुरा – लक्षात आलं ना?'' मास्तरांनी हातात चेंडू धरून फिरवल्यासारखा

अभिनय केला. ''काय? तो ओलांडला, समजलं? बैस खाली. पुन्हा असले फालतू प्रश्न विचारीत जाऊ नकोस! नेक्स्ट्.''

कोपऱ्यातील आणखी एक जण उठला. तो पुढे वाचू लागला. दोन्ही सैन्यांची रसद कशी बंद पडली आणि शेवटी पानिपतचे तिसरे युद्ध कसे सुरू झाले, हे सांगून त्याने विश्वासराव पेशवे यांना कशी गोळी लागली इथपर्यंतचे वर्णन वाचले. मग ड्राइंग-मास्तरांनी त्याला खाली बसवले. टेबलावर बुक्की मारून ते म्हणाले, ''आता तरी आलं का लक्षात? का अजूनही सगळे कोरेच? विश्वासराव पेशवे हत्तीवर होते. खाली अंबारी, तर हत्ती. त्यावर पेशवे. अन् मग गोळी आली की, सुईंईं करीत. बरं, गोळीच ती. लागल्याशिवाय काय राहते? खलास! विश्वासरावाचे एका घावात दोन तुकडे झाले. मग पुढं काय झालं माहीत आहे?...हं, वाच रे, तू वाच पुढं –''

मास्तरांनी एवढी सगळी माहिती सांगेपर्यंत बराच वेळ गेला. भूक लागली होती. म्हणून तेवढ्यात डब्यातले कडबोळे काढून मी तोंडात भरले होते. त्यामुळे मास्तरांनी माझ्याकडे बोट करून 'वाच' म्हणून मला सांगितले, तेव्हा मी एकदम घाबरलो. या गडबडीत पुस्तकही मिटले होते. गडबडीने ते उघडून मी वाचले.

''...या घटनेमुळे मराठी राज्यात सर्वत्र आनंदीआनंद झाला. बारभाईचे कारस्थान यशस्वी झाले. सर्वत्र हत्तीवरून साखर वाटण्यात आली. मराठी राज्याला नवा धनी मिळाला –''

मास्तरांनी संतोषाने मान डोलावली. ''कळलं? हा कोण तो – ठार झाल्यामुळे मराठी राज्यात सर्वत्र आनंद झाला! का आनंद झाला? उघडच आहे. विश्वासराव मेल्यामुळे मराठी राज्याला नवा धनी मिळाला. आलं लक्षात? अन् हे सगळं कारस्थान कुणाचं? बारभाई –''

''बारभाईंचं –'' मी मध्येच म्हणालो.

''तेच सांगतोय मी,'' मास्तर चिडले, ''तू उगीच शहाणपणा दाखवू नकोस. हां, तर हे सगळं कारस्थान बारभाईंचं. बारभाई आपल्याला माहीतच आहेत. त्यांचंच कारस्थान ते. अगदी शंकाच नको. हत्तीवरून साखर वाटायची युक्ती त्याच चोरांची. मोठा लबाड माणूस –''

मास्तर आणखीन पुढं सांगणार होते; पण तेवढ्यात सद्या उठून माझ्याकडं बोट दाखवीत म्हणाला, ''पण सर, यानं दुसऱ्याच पानावरचं वाचलंय.''

''काय?'' मास्तर खेकसले.

''तीन-चार पानं पुढचं वाचून दाखवलंय, सर. मधली पानं गाळली आहेत.''

मास्तरांनी हातातले पुस्तक उघडून बघितले. इकडची-तिकडची पाने चाळली. त्यांचा चेहरा एकदम लालभडक झाला. ताड्कन जागेवरून ते उठले आणि माझ्याजवळ आले. कान जोरात पिरगाळून म्हणाले, ''गाढवा, कुठं लक्ष आहे?

इकडं आपण विश्वासरावांचं पान वाचतोय अन् तू सवाई माधवरावांपर्यंत जाऊन पोचलास का? मूर्ख माणूस! बैस – बैस खाली –''

दुखणारा कान सांभाळीत मी खाली बसलो. मास्तर फारच चिडलेले दिसले. त्यांनी एकदम सगळ्यांना पुस्तके मिटून ठेवायला सांगितली. झाले एवढे वाचून पुरे असे सांगून त्यांनी फळ्यावर नकाशा काढायला सुरुवात केली.

''कशी कशी झाली ही लढाई हे ध्यानात घ्या –''

असे सांगून त्यांनी फळ्यावर चार-दोन वर्तुळे काढली. मधूनच एक मोठी नदीची रेघ ओढली. तिच्या दोन्ही बाजूला टिंबे टाकली. काही रेषा ओढल्या. सगळा फळा अशा चित्रविचित्र गोष्टींनी भरून टाकल्यावर ते म्हणाले, ''आता तुमच्या लक्षात आले असेल. कोण कोण कुठं, ते कळलं ना? या इकडच्या बाजूला मराठे, भाऊसाहेब आणि दुराणी. पलीकडच्या बाजूला अब्बदुल्ला, गिलचे आणि गारदी. हे सैन्य. हा तोफखाना. या दोघांत लढाई, झाली –''

तेवढ्यात घंटा वाजली.

घण्घण्घण् करून जोरात घंटा वाजल्याबरोबर आम्ही भराभर पुस्तके-वह्या पिशवीत कोंबल्या. जवळजवळ निम्मा वर्ग उठून उभाच राहिला. मास्तरांनी दम देऊन पुन्हा सगळ्यांना खाली बसवले, हातातले पुस्तक परत देत ते ओरडले, ''उठले का सगळे? सुट्टी झाली की जीव चालला अगदी बाहेर जाण्यासाठी! इतक्या ह्यानं अभ्यास कराल तर मराल?''

खाण्याचा डबा हातात धरून मी नम्रपणाने म्हणालो, ''उद्या तास आहे सर इतिहासाचा. उद्या पण अशीच उजळणी घ्या, म्हणजे पक्कं होईल अगदी.''

तोंडाने हातावर फुंकर मारीत आमचे ड्रॉइंगचे सर म्हणाले, ''हो, उद्यासुद्धा बहुतेक मीच येईन तासावर; पण उपयोग काय? गाढवापुढे वाचली गीता – त्यातला प्रकार.''

''मग उद्या काय घेणार, सर?''

दरवाजाकडे जाता-जाता सर गंभीरपणाने म्हणाले, ''तुमच्यापुढं काय टाळकं फोडायचं? काही म्हणजे काहीच तयारी नाही लेको तुमची. छट्! ती भानगडच नको.''

''मग?''

''आपली चित्रकलाच घेऊ. तेच बरं.''

असे म्हणून सर वर्गाबाहेर पडले. शिक्षकांच्या खोलीकडे घाईघाईने चालत गेले.

/

## ३.
# खेड्यातील एक दिवस

डिनरला अजून अवकाश होता. स्वयंपाकीणबाईंचे आत काही काही चालले होते. बाहेर व्हरांड्यात पपा वेताची खुर्ची टाकून बसले होते. त्यांच्या तोंडात भला मोठा चिरूट होता. हातात वर्तमानपत्र होते. समोरच्या खुर्चीवर ममी बसली होती. तिच्या हातात विणायचे काही तरी होते. संध्याकाळचे हे अगदी ठरलेले असते. पपा वर्तमानपत्र वाचतात, आई विणत बसते आणि मी रेडिओ लावून हॉलमध्ये अभ्यास करीत बसते. सरांनी सांगितलेला अभ्यास करून टाकते.

आज मी अभ्यासाला बसले थोडी उशिराच. कारण शाळेतून यायलाच मला खूप उशीर झाला. म्हणजे मी मुद्दाम नाही उशीर केला. मी आपली शाळा सुटल्यावर नेहमीप्रमाणे तयार होते; पण आमचा ड्रायव्हरच गाडी घेऊन उशिरा आला. वाटेत एका मैत्रिणीकडे सहज गेले. तिथेही तिच्या पपांनी मला थोडा वेळ बसवून घेतले. असा झाला उशीर; पण म्हणून काय झाले? मी आपली आल्याबरोबर चहा प्यायले अन् अभ्यासाला बसले.

गणितं केली. इंग्रजीचे होमवर्क केले. मग मला एकदम आठवले– मराठीच्या सरांनी उद्या लहानसा निबंध लिहून आणायला सांगितला आहे. काय बरे त्याचे नाव?... हां, 'खेड्यातील एक दिवस.'

वही बाहेर काढून उघडून ठेवली. पेनचे टोपण काढले. बसले विचार करीत. पण काही केले तरी पॉइंट्स काही सुचेनात. रेडिओ लावला, पुन्हा बंद केला. पेन तोंडात घातले, डोळे गच्च मिटले; पण काही

म्हणजे काही सुचेना. कसे असते बाई खेडे? त्यात एक दिवसभर काय काय असते बरे?...

विचार करून-करून डोके दुखायला लागले; पण काही मेले डोक्यात येईना. शेवटी मी आपली उठले, सपाता घातल्या अन् वही घेऊन व्हरांड्यात येऊन बसले.

पपा अजूनही वर्तमानपत्र वाचीतच होते. ममी स्वेटर विणीत होती. दोघेही न बोलता काम करीत होती. मला बघितल्यावर पपा हसले. तोंडातून चिरूट बाहेर काढून म्हणाले, ''हॅलो, बेबी?... अभ्यास झाला का सगळा?''

मी एकदम रडकुंडीला आले. कपाळाला आठ्या घालून पाय आपटीत म्हणाले, ''नाही ना. एक डिफिकल्टी आहे, पपा.''

''डिफिकल्टी?''

''येस् पपा.''

''अच्छा. कम् ऑन, सांग बघू.''

पपांनी हातातला चिरूट समोरच्या ॲश ट्रेवर ठेवला. वर्तमानपत्राची घडी केली. डाव्या हाताने एकदा पोटावरून जोरजोराने हात फिरवला.

मी म्हणाले, ''आमच्या पुस्तकात किनई खेड्याची एक गोष्ट आहे, पपा. रामजी शेतकऱ्याची. फार फार छान आहे. रामजी नावाचा एक शेतकरी असतो. तो खूप खूप शेत नांगरतो. मग त्याला एक पैशाचा हंडा सापडतो. मग त्याला इतका आनंद होतो, पपा –''

पपांना आणि ममीला मी ती सबंध गोष्ट सांगितली. धडा संपल्यावर सरांनी 'खेड्यातील एक दिवस' हा निबंध लिहून आणायला कसा सांगितला, तेही सांगितले.

''पपा, तुम्ही बघितलंत खेडेगाव? कसं असतं सांगा ना– तिथला दिवस कसा असतो? मला लिहायचं आहे. सांगा ना–''

पपांचा चेहरा थोडा विचारात पडल्यासारखा दिसला. त्यांनी तोंड वेडेवाकडे केले. दोन्ही हातांनी पोट दाबून धरून ते न बोलता गप्प बसून राहिले. थोड्या वेळाने मान हलवीत म्हणाले, ''खेडेगावातील... एक... सकाळ काय? अच्छा अच्छा, हां हां, आता आलं लक्षात.''

ममी इतका वेळ काही बोलली नव्हती. तिचे आपले विणायचे मुकाट्याने चालले होते. मान वर करून तिने पपांकडे रोखून पाहिले आणि म्हटले, ''आलं ना लक्षात? मग सांगा तिला पॉइंट्स.''

''हो हो, वा! सांगतो ना.''

पपांनी माझ्याकडे एकदा बघितले. मग ममीकडे पाहिले. पुन्हा माझ्याकडे पाहिले. गालावरून हात फिरवला.

“खेडेगाव तसं मी पाहिलेलं आहे. रेल्वेतनं जाताना नेहमी खेडी दिसतात ना. फार छान– ब्युटिफुल.”

“काय छान?” मी विचारले.

“हां, मुख्य म्हणजे खेड्यातील निसर्ग बरं का, बेबी.” पपांना एक आठवल्यासारखे दिसले. त्यांना हसू आले. “खेड्यातला नेचर अगदी वंडरफुल असतो. गर्द झाडी, दाट अंबराई, झुळुझुळु वाहणारा झरा.”

मग मलाही आठवले.

“रामजी शेतकऱ्याच्या धड्यातसुद्धा असाच झुळुझुळु वाहणारा झरा आहे, पपा. काढून दाखवू का पपा मी?” मी एकदम उठले.

“नको–नको. मला माहीत आहे. फिल्ममध्ये नाही का आपण पाहत? तोच झरा असतो खेड्यात. मला ठाऊक आहे.”

“या झऱ्याचं काय करतात?”

“काय करणार? पाणी पितात. झऱ्यात पाय सोडून बसतात.”

“प्रत्येक खेड्यात झरा असतो, पपा?”

“मी पाहिलेलं नाही; पण असणारच. नाही तर तिथले लोक पाणी पिणार कसे?”

ममी सुई हातात धरून म्हणाली, “आपण यू. के.ला गेलो होतो. तिथं खेड्यातसुद्धा पाइप्स होते; नाही?”

“इंग्लंडची गोष्ट वेगळी आहे. आपल्या इंडियन व्हिलेजमध्ये अजून पाइप्स फारशा आल्या नाहीत. माझ्या समजुतीप्रमाणं तिथं सुंदर झरे असतात. ओढे असतात. स्ट्रीम्स, स्ट्रीम्स! आपणाला ते लाईफ फार आवडतं बुवा. अहाहा...!” पपांनी डोळे मिटले.

पपांनी सांगितलेला हा पहिला पॉइंट मी भराभरा उतरून घेतला. परवा आमची ट्रीप बाहेर गेली होती. तिथेही खूप झाडी होती. ओढा होता. आम्ही खूप-खूप हिंडलो होतो. ते वर्णन लिहायला अगदी सोपे होते.

“पण तिथं दिवस कसा असतो, पपा?”

“अगं, आपल्यासारखाच. इथं पांढरा स्वच्छ उजेड असतो. तसाच तिथंही असणारच. इथं सकाळ असते, तशीच तिथंही सकाळ असते. यू. के.मध्ये नाही का आपण पाहिलं?”

ममीचे हे बोलणे ऐकून मी आणि पपा खूप हसलो. ममी नेहमीच काही तरी विनोदी बोलते. मग आम्हाला खूप हसू येते. पपा तर मोठमोठ्यांदा हसतात. इतके हसतात की, त्यांचे पुढे आलेले पोट लटालटा हलायला लागते. आणि मग मला आणखीन हसू येते. फार मजा.

"तसं नाही गं ममी."

"तसं नाही तर मग कसं?"

"खेड्यातली सकाळ कशी असते?"

"छान-छान असते."

"जा बाई– तू म्हणजे अश्शी आहेस!" मी थोडा वेळ फुरंगटले; पण मला हसूही यायला लागले. पपांचे पोट उड्या मारताना दिसले, तेव्हा तर फारच हसू यायला लागले.

"पपा, तुम्ही सांगा हो. सकाळी काय करतात हो खेड्यातले लोक?"

पपांनी थोडा वेळ विचार केला. मग ते म्हणाले, "नक्की मला माहीत नाही; पण मला वाटतं, ते सकाळी लवकर उठतात –"

"अन् मग?"

"दूध आणायला बाहेर पडतात."

ममीने मध्येच एकदम विचारले, "हे तुम्हाला कसं माहीत?"

पपा मोठ्यांदा हसले. त्यांच्या तोंडावर समाधान दिसले.

"ऑब्झर्व्हेशन, मिस्टर ऑब्झर्व्हेशन. मी रेल्वेतून जाताना पुष्कळ वेळा पाहिलं आहे. सकाळच्या वेळी लोक हातात तांबे घेऊन बाहेर चाललेले दिसतात."

"कुठं जातात? डेअरीत, पपा?"

"डेअरीत?" पपा गोंधळले. "मला वाटतं, आपल्या व्हिलेजमध्ये डेअरी नसते; पण असेलही एखाद्या वेळेस. ते जाऊ दे. पॉइंट लक्षात घे. लोक सकाळी तांबे घेऊन बाहेर पडतात– दुधासाठी. समजलं?"

मी मान हलवली.

"दूध आणल्यावर पुढं?"

"पुढं –"

"पुढं काय? अगदी सोपं आहे, बेबी. एवढं कसं कळत नाही तुला? पुढं ब्रेकफास्ट घेत असतील." ममी म्हणाली. "नाही का हो? यू. के.मध्ये तर सगळे उठल्यावर पहिल्यांदा घेतात ब्रेकफास्ट; मग पुढच्या गोष्टी."

"हो, हो." पपांनी मान हलवली. "ब्रेकफास्ट. पाव, लोणी, दूध, अंडी, एवढं खाऊन झाल्यावर ते लोक काय करतात; माहीत आहे?"

"काय?"

"नांगर खांद्यावर टाकून शेतावर जातात."

"अय्या! नांगर?"

मी एकदम ओरडले. "चित्रातून, सिनेमातून मी नांगर पाहिले होते. खूप-खूप छान असतात. ते बैलाच्या पाठीमागे लावतात. त्यांच्या पाठीमागे शेतकऱ्याला

जोडतात. मग शेतकरी फार गंमत करतो. तो नांगराला हात लावतो. त्याबरोबर नांगर चालू होतो. मग बैलही आपोआप चालायला लागतात. फुटबॉलएवढे मातीचे तुकडे वरवर यायला लागतात. मला आहे माहीत. एवढा मोठा नांगर शेतकरी खांद्यावर घेऊन शेतात जातो? त्याला खूप-खूप शक्ती लागत असेल नाही? तो खूप-खूप दमून जात असेल, नाही?''

मी पपांना ही शंका विचारली, तेव्हा पपा जोरजोराने मान हलवून म्हणाले, ''शक्ती कुठली बेबी? आपले फार्मर्स सगळे फार पुअर असतात. त्यांच्याजवळ पैसा नसतोच मुळी.''

''अगं आई गं!'' मला फार वाईट वाटले.

''त्यांचे कपडेसुद्धा फार फाटलेले असतात.''

''ईऽऽ''

''काही काही वेळेला त्यांना खायलासुद्धा मिळत नाही म्हणतात.''

''मग कसे हो नांगर उचलतात ते लोक?''

गला एकदम रडूच यायला लागले. ''खायला नाही, कपडे चांगले नाहीत; मग कसं हो होतं त्यांचं, पपा?''

पपांनी चिरूट उचलला आणि तोंडात ठेवला. भराभर धूर काढला. बोबड्या आवाजात ते म्हणाले, ''करतात तसंच. करावं लागल्यावर काय करतो माणूस? आम्ही नाही फाइली उपशीत सरकारच्या? पण दीड हजारावर छदाम नाही मिळत.''

पपांचे बोलणे ममी लक्ष देऊन ऐकत होती. इकडे हातांनी विणतही होती. मध्येच तिचा टाका चुकला. त्यामुळे पुन्हा चार-दोन टाके तिने उसवले. मग ती म्हणाली, ''सगळ्यांची स्केल्स वाढली म्हणता अन् तुमचं कसं नाही वाढवीत गव्हर्न्मेंट! दोन हजार राहिले मेले; पण अठराशे मी म्हणते. तेवढंदेखील देणं जिवावर आलं का मेल्यांच्या?''

''हलकट आहेत लेकाचे!''

''नाही तर काय!''

''रास्कल्स!''

''अगदी खरं आहे.''

पपांचे आणि ममीचे नेहमी असे चाललेले असते. कुठूनही बोलायला सुरुवात केली तरी ते असलेच काही बोलायला लागतात. मला अगदी कंटाळा येतो बाई.

थोडा वेळ गेल्यावर आजही मला कंटाळा आला. मी मोठी जांभई दिली. तशी ममी रागावली.

''तुला अगदी मॅनर्स नाहीत, बेबी. चारचौघांत असा आळस द्यायचा म्हणजे काय गं? –''

मी हिरमुसली झाले. रडक्या सुरात म्हणाले, "पण मला अगदी कंटाळा आला. किती वेळ गं?"

"कंटाळा आला असेल तर आत जा. होमवर्क कर जा."

"अगं, त्यासाठी तर मी आलेय् ना –"

पपा एकदम आश्चर्याने म्हणाले, "अरे हो, तू ते खेड्यातलं विचारीत होतीस नाहीस का? आय् सिंप्ली फरगॉट इट्, एक्सक्यूज मी, बेबी."

"मग आता सांगा ना पुढं!"

"येस् येस्! कुठपर्यंत आलो होतो आपण मघाशी?"

"शेतकरी शेतात जाऊन नांगर घेतात. नाही–नाही, नांगर घेऊन शेतात जातात. शेत नांगरतात. मग पुढं काय होतं, पपा?" मी पुन्हा वही उघडली. पेन सरसावले.

"पुढं–" पपा पुन्हा थांबले.

ममी म्हणाली, "अहो, पुढं काय पुढं? पाऊस पडतो. मग खूप पिकं येतात."

"मला वाटतं, पाऊस नंतर पडतो. आधी पिकं येतात." पपांनी डोळे बारीक केले. पोट चोळले.

"छे:, पाऊस आधी, मग क्रॉप. यू. के.मध्ये नाही का आपण पाहिलं? तिथं आधी रेनिंग व्हायचं. मग हार्वेस्टचा सीझन यायचा."

"ते खरं, पण –"

"पण काय?"

"पण यू. के.ची आणि आपली शेतीच्या दृष्टीने परिस्थिती खूपच भिन्न आहे, असं परवाच कुठल्या तरी रिपोर्टात वाचलं मी."

"असं काय करता? जुलै-ऑगस्ट हा रेनी सीझन नाही का आपल्याकडे?"

"बरं मग?"

"अन् मग ख्रिसमसच्या सुमारास पिकं. नेहमी तर आपण पेपरमध्ये वाचतो. हार्वेस्ट म्हणजे डिसेंबर-जानेवारी. अगदी लेटेस्ट म्हणजे फेब्रुवारीत."

पपा गंभीरपणे बोलले, "तेच म्हणतोय मी. जानेवारी-फेब्रुवारीत पिकं अन् जुलै-ऑगस्टमध्ये पाऊस. आता तूच डिसाईड् कर, हू इज राईट?"

"तुम्ही म्हणजे असे आहात –"

मग पपांचा आणि ममीचा खूप वेळ वादविवाद झाला. पपांनी सांगितले की, मी रिपोर्ट्स वाचलेले आहेत अन् रोजचे पेपर्सही वाचलेले आहेत. पिके आधी येतात अन् मग पाऊस पडतो. मला नक्की ठाऊक आहे. कॉमनसेन्सच्या दृष्टीने हेच बरोबर आहे. आधी पाऊस पडला, तर किती घोटाळा होईल शेतकऱ्यांचा? सगळी जमीन चिखलानं बरबटून जाईल. जिकडे-तिकडे पाणीच पाणी होईल. शेतात पाय ठेवायलासुद्धा

जागा राहणार नाही. मग तिथं पिकं कशी येतील? मागाहून पाऊस पडणे किती सोईचे आहे पाहा. एकदा क्रॉप वगैरे सगळे काढून जमीन साफ झाली की, वरून पाऊस पडतो. सगळे स्वच्छ होऊन जाते. कसलीही घाण खाली उरत नाही. आपण तरी घरी यापेक्षा काय वेगळे करतो? केरकचरा साचला म्हणजे तो आधी काढून टाकतो. मागाहून साबणाचे पाणी ओतून, फिनेल टाकून फरशी स्वच्छ करतो. निसर्गाची योजनाही अशीच असली पाहिजे. अगदी ऑब्व्हिअस आहे!

पण ममीला हे पपांचे बोलणे बिलकुल पटले नाही. तिने सांगितले, "पाऊसच आधी पडतो. पिके ही हळूहळू, सवडीने नंतर येतात. यू. के.मध्ये आपण हे समक्ष पाहिलेले आहे. जसजसा पाऊस पडतो तसतशी पिके येतात. थोडा पाऊस पडला तर थोडे पीक येते. खूप पाऊस पडला तर खूप पीक येते. यावरून दिसते की, पाऊस आणि पिके यांचा काही तरी संबंध आहे. पाऊस पडला म्हणजे शेतातली घाण सगळी साफ होऊन जात असेल आणि मग पिकांना वर यायला सोपे होत असेल. साधा चहा करायचा असला तरी पाण्याचे आधण आधी ठेवावे लागते; मग बाकीचे. मग ही तर काय शेतातली पिकेच आहेत! एवढे साधे कसे कळत नाही?"

पपा आणि ममी यांचा वादविवाद कधी लवकर संपत नाही. आजही दोघे खूप तावातावाने बोलत होते. मला बाई पुन्हा कंटाळा आला. मी पुन्हा मोठ्यांदा जांभई देणार होते; पण ममी रागावेल म्हणून गप्प बसले. मग थोड्या वेळाने म्हणाले, "पण पपा – शेतकरी काय काय पेरतात शेतात?"

वादविवाद थांबवून पपांनी माझ्याकडं पाहिले.

"शाबास! या साध्या-साध्या गोष्टीसुद्धा तुम्हाला ठाऊक नाहीत?"

"नाही बाई."

"कमाल आहे! म्हणजे काय, शाळेत शिकवतात काय तुम्हाला?"

"असू द्या. सांगा ना."

"गहू, हरबरा, तांदूळ, भुईमुगाच्या शेंगा, पेरू, बोरे."

"अय्या, पेरू, बोरेसुद्धा शेतात होतात?"

"मग काय आभाळातून पडतात टपाटप? शहाणीच आहेस!" ममी रागावली.

पपा मोठ्यांदा हसले. मलाही खूप-खूप हसू आले.

"तसं नाही गं, मला वाटलं, रस्त्याच्या कडेनं झाडं असतात ना, त्याला बोरं, पेरू असतात."

"पण झाडं कुठं असतात? जमिनीतच ना?"

"हो."

"मग झालं तर!"

"अन् शेंगा गं?"

"त्याची पण झाडं असतात शेतात बोरासारखीच," पपा म्हणाले, "एकेक भुईमुगाचं झाड म्हणजे काय? अशा शेंगा लागलेल्या असतात की– वाः!"

"मग माती कशी लागलेली असते त्यांना?" मला शंका आली.

"हात्तिच्या?... अगं, शेंगा खाली जमिनीत पडतात अन् माती चिकटून बसते. आहे काय अन् नाही काय!"

पपांनी आणि ममीने मग मला खेड्याची आणखी माहिती सांगितली. शेतकरी दुपारी बारा वाजेपर्यंत काम करतात. बारा वाजले की घड्याळाचा गजर होतो. मग ते काम थांबवतात. त्या वेळी त्यांना खूप-खूप घाम आलेला असतो. तो पुसतात. मग त्याची बायको डोक्यावरच्या गाठोड्यात 'लंच' घेऊन येते. दोघेही आंब्याच्या झाडाखाली लंच घेतात. त्या वेळी गार वारा सुटलेला असतो. पाणी झुळझुळू वाहत असते. झाडावर कोकिळा अत्यंत मंजुळ गाणे म्हणत असते. जिकडे-तिकडे हिरवीगार पिके डोलत असतात. अशा ॲटमॉसफिअरमध्ये दोघांचा लंच होतो. काही काही वेळेस दोघे मिळून एखादे सुंदर गाणेही म्हणतात. शेतकरी आणि त्याची बायको यांचे आवाज बहुतेक छान असतात. शेतकऱ्याची बायको फार सुंदर असते. त्यांचे कपडे मात्र वाईट असतात. कारण त्यांच्याजवळ पैसे नसतात. पैसे मिळविण्यासाठी त्यांना खूप काम करावे लागते. म्हणून दुपारी लंच घेतल्यावर ते फार थोडा वेळ झोपतात. लगेच कामाला लागतात. मधे टी टाईमसाठी ब्रेक घेत नाहीत. संध्याकाळपर्यंत काम करून दोघे बैलगाडीत बसून घरी येतात. बैलगाडीतदेखील काही काही वेळेस ते मिळून गाणे म्हणतात. संध्याकाळी घरी येऊन ते डिनर घेतात आणि झोपतात. खेडेगावातील दिवस साधारणपणे असा असतो...

'डिनर' म्हटल्याबरोबर मला एकदम आमच्या डिनरची आठवण झाली. पोटात एकदम खड्डा पडला. खूप-खूप भूक लागल्यासारखे वाटू लागले. वही मिटून मी पेन गळ्याला अडकवले. लाडिकपणाने ममीला म्हणाले, "ममी, मला भूक लागलीय की गं–. केव्हापासून लागलीय."

ममी म्हणाली, "हो, चला. झालीच वेळ डिनरची. बाईंना विचारून ये पाहू. नाही तर थांब, मीच बघते."

आणि हातातले सगळे विणकामाचे सामान गोळा करून ममी उठली. आत गेली.

ममी आत गेली, हे नीट न्याहाळून पाहून पपा मला हळूच म्हणाले, "बेबी, मी सांगितलं तसंच लिही हं."

पपा काय म्हणाले, मला मुळीच कळले नाही. आश्चर्याने मी एकदम मोठ्यांदा म्हणाले, "काय पपा?"

"शुः शुः! हळू."

"काय?" मी अगदी हळू आवाज काढला.

"मघाचं पावसाचं." पपाही हळू आवाजात म्हणाले, "मी सांगतो ते बरोबर आहे. आधी पिके येतात अन् मग पाऊस पडतो."

"बरं."

"ममीचं आपलं ऐकून घ्यायचं अन् सोडून द्यायचं. शी इज राँग आय टेल यू. तू आपलं मी सांगतो तसंच लिही. नाही तर तुला मार्क मिळणार नाहीत. अडाणी म्हणतील शिवाय."

मी घाईघाईने होय म्हणून मान हलवली.

"दॅट्स लाईक ए गुड गर्ल! –"

पपा आणखीही काही मला सांगणार होते; पण तेवढ्यात डिनरची बेल वाजली. पाठोपाठ ममीची हाकही ऐकू आली. आम्ही दोघेही भराभरा उठलो आणि आत गेलो. ममीला उशीर केलेला अगदी आवडत नाही.

मग जेवतानासुद्धा हाच विषय चालला होता. पपा कुठल्या तरी रिपोर्टातली खेडेगावची माहिती थोडी-थोडी सांगत होते आणि खूप खात होते. ममी थोडे खात होती; पण ती यू. के.मध्ये पाहिलेल्या एका खेडेगावची हकिगत एकसारखी सांगत होती. मी आपली मुकाट्याने ऐकत होतो अन् चिकन खात होते. निबंध केव्हा लिहावा, याचा विचार करीत होतो. आता लिहावा, की सकाळी? आत्तासुद्धा लिहायला हरकत नाही म्हणा. खूप पॉइंट्स मिळाले आहेत. प्रश्न एवढाच आहे की, पाऊस केव्हा पडतो म्हणून लिहावे? पिकाच्या आधी की नंतर? पपा म्हणतात, माझेच बरोबर आहे. पपांच्या म्हणण्याप्रमाणे लिहिले तर ममी रागवेल. ती गधून-मधून आपला सगळा अभ्यास तपासते. तिला हे समजले तर ती खूप रागवेल... मग कसे करावे? हां, ठीक आहे, पाऊस आधीही थोडा पडतो आणि नंतरही थोडा पडतो, असे लिहून टाकावे झाले? चला, सुटले कटकटीतून. आता रात्रीच हा एसे लिहायला हरकत नाही.

मनात असे सगळे ठरवले. खूप बरे वाटले. मग मी खूप जेवले.

पण खाता-खाता आणखी एक गोष्ट आठवली. पुन्हा एक शंका आलीच. पपांनी अन् ममीने हे कसं सांगितलं नाही?

पाऊस आधी पडत असेल नाही तर नंतर पडत असेल; पण पिके यायला बी पेरावे लागते की काय? अन् लागत असेल, तर ते पुन्हा केव्हा? पिकाच्या आधी की नंतर?

/

## ४.
## काकांची गंभीर गोष्ट

सरकारी हॉस्पिटलमधील डॉक्टरचे सर्टिफिकेट घेऊन, योग्य ती कागदपत्रं करून माणसे डेड बॉडीज वॉर्डकडे वळली, तेव्हा अंधार झाला होता. जिकडे-तिकडे काळोख पसरला होता, हॉस्पिटलचे क्षीण दिवे हा काळोख चांगलाच दाखवीत होते. त्या अंधारातच झाडांचे शेंडे हलताना अंधुकपणे दिसत होते. वातावरण नि:स्तब्ध आणि भयाण वाटत होते. मध्येच एखादा झाडूवाला हातात खराटा घेऊन इकडे-तिकडे जाताना दिसे. एरवी माणसाचा वावर कोठेच दिसत नव्हता. सगळे कसे निर्जन आणि गंभीर होते.

वॉर्ड रूमच्या जागेला कुलूप होते आणि जवळपास कुणीही दिसत नव्हते. ते बघून आलेली मंडळी थबकली. एक जण इकडे-तिकडे पाहत आळसटलेल्या सुरात म्हणाला, "रामभाऊ, आता आटपा लौकर, इथंच अंधार झाला. इथून सगळं आटपायचं म्हणजे–"

कुणी काही बोलले तरी खेकसून बोलणे, हे रामभाऊंचे वैशिष्ट्य होते. कारण ते कुठल्या तरी सरकारी खात्यात हेडक्लार्कच्या हुद्द्यावर होते. 'रामभाऊ, तुम्हाला मुलगा झाला' असे जरी कुणी गोड आवाजात बोलले तरी रामभाऊ खेकसून म्हणत, 'बरं मग, तुमचं म्हणणं काय शेवटी?...' आता तर हा प्रश्न सरळ-सरळ त्यांच्यावर हल्ला करणारा होता. त्यामुळे ते ताबडतोब चिडून म्हणाले, "काय करू म्हणता मी? कुलूप फोडून मीच खोली उघडू अन् मुडदा बाहेर काढू म्हणता काय? शहाणेच दिसताय तुम्ही डोंगरे."

डोंगरे वरमून म्हणाले, "तसं नाही हो–"

"मग कसं?"

"नाही म्हणजे, आटपा लौकर, एवढंच म्हणतो मी. दुसरं काय?"

"जसा काही उशीर माझ्यामुळंच होतोय, नाही का? हा शिपाई कुठं गेलाय, कुणास ठाऊक. तो सापडल्याशिवाय अहो, प्रेत ताब्यात मिळेल कसं?"

"तेही खरंच म्हणा; पण त्यातल्यात्यात आटपा लौकर, एवढंच माझं म्हणणं."

डोंगरेही चांगले खमके दिसले. ते पुन: पुन्हा हेच वाक्य उच्चारीत राहिले. रामभाऊंनी त्यांना पुन्हा समजावून सांगितले की, 'या इमारतीला कुलूप आहे. किल्ली शिपायाजवळ आहे. शिपाई येईपर्यंत आपल्याला स्वस्थ बसण्याखेरीज काही गत्यंतर नाही. तो आला म्हणजे आपली कागदपत्रं दाखवू. मग तो काका गंभीर या सद्‌गृहस्थाचे प्रेत ताब्यात देईल. मग आपण भराभरा पुढच्या व्यवस्थेला लागू. तुमच्यासारखाच मलाही कंटाळा आलेला आहे; पण इलाज नाही. शेजारधर्म म्हणून आपण आलो आहोत, तर आता थोडीशी कळ सोसली पाहिजे. एकदा दहन करून घरी गेलो म्हणजे सुटलो आपण; पण इथला शिपाई येईपर्यंत काही खरे नाही.'

डोंगरे या खुलाशावरही काही बोलण्याच्या खटपटीत होते; पण तेवढ्यात बाकीच्या एक-दोन मंडळींपैकी कुणी तरी म्हणाले, "हा शिपाई कसा काय नाही इथं बुवा? गंमतच आहे?"

"रजेवर-बिजेवर तर नसेल ना?"

"तो रजेवर असला तर त्याचा बाप दुसरा कुणीतरी असेलच की. शिपाई रजेवर गेला म्हणून मेलेली माणसं काही थांबत नाहीत, मिस्टर."

"हां, ही गोष्ट खरी आहे."

"मग आता?"

"आता काय? थांबू या थोडा वेळ. असेल इकडं-तिकडं. येईल एवढ्यात."

त्या इमारतीच्या जवळ खालीच भुईवर सगळी मंडळी बसून राहिली. रामभाऊ हातात छत्री घेऊन आले होते. दोन पायांवर बसून त्यांनी आधाराला छत्री समोर धरली. डोंगऱ्यांनी हातरुमाल खाली टाकला आणि त्यावर ते बसले. बाकीचे दोघे गुडघेमिठी घालून बसून राहिले. लांब असलेल्या दिव्याच्या फिकट उजेडात एकमेकांशी बोलत राहिले.

विशापंतांनी खिशातली तपकिरीची डबी काढून उघडली. भलीमोठी चिमूट नाकात कोंबून ते त्रासिकपणे म्हणाले, "ह्यॅ:! काही उपयोग नाही. ह्या पडशानं अजिबात वास येत नाही तपकिरीचा."

रामभाऊ बोलले, "वास येत नाही, तर कोंबताय कशाला नाकात?"

"उगीच आपलं, सवय म्हणून."

खोलीच्या बंद दाराकडे पाहत डोंगरे म्हणाले, "काकांनाही तपकीर फार लागायची; नाही?"

"फार. सारखे आपले ओढीत तरी असायचे, नाही तर नाक शिंकरत तरी असायचे. त्यांच्याइतकी मला नाही लागत." विशापंतांनी पुन्हा एकदा दांडगी चिमूट नाकात सोडली. मग ते मोठ्यांदा शिंकले. इतक्या मोठ्यांदा की, जवळ बसलेले डोंगरे एकदम दचकले. घाबरून इकडे-तिकडे पाहू लागले; पण कुठे काही बिघडले नव्हते. सगळीकडे पहिल्याप्रमाणेच शांत होते.

तपकिरीवरून मग हळूहळू काकांच्या गोष्टी निघाल्या.

काका गंभीर हे गृहस्थ आडनावाप्रमाणेच गंभीर होते. सबंध जन्मात ते कधी हसले नाहीत, की कुणाशी मजेदार चार शब्द बोलून त्यांनी त्याला हसवले नाही. त्यांच्या तोंडावरची सुरकुती एकदाही कधी विस्कटली नाही. गंभीरपणेच ते घरात वावरत, गंभीरपणे ऑफिसात जात आणि तेथील कामही गंभीरपणे करीत. पुन्हा त्याच वृत्तीने ते घरी येत. त्यांचे लग्नही बहुधा गंभीरपणेच झाले असावे आणि त्यांना जी काही पोरेबाळे झाली, तीही गंभीरपणानेच झाली असावी. शेवटी वयाची पंचावन्न वर्षे पूर्ण झाल्यावर सरकारनेही त्यांना गंभीरपणे सेवानिवृत्त केले. त्यामुळे ते जास्तीच पोक्त आणि प्रौढ दिसू लागले. याच स्वभावामुळे त्यांना वेड लागले असावे. वय झालेले, प्रकृती अधूनमधून बिघडायची, त्यातून वेड लागले; मग घरच्या माणसांनी तरी बिचाऱ्यांनी काय करावे? दिले हॉस्पिटलमध्ये टाकून. चार-आठ महिने स्वारी राहिली कशीबशी. शेवटी सुटला एकदाचा या गंभीर मामल्यातून. त्याच्या आयुष्यातली शेवटची गंभीर घटना घडून आली. शेजारधर्म म्हणून यानंतरच्या गोष्टी करणे भाग आहे. त्या केल्या की सुटलो आपणही. घरी बायका-पोरांशिवाय दुसरं मोठं माणूस नाही, म्हणून हा ताप आला. नाही तर या वेळी कसे गरम गरम भात खाऊन ऊबदार पांघरूण घेऊन कॉटवर लोळत पडलो असतो आपण; पण इलाज नाही.

गप्पागोष्टींतून या सगळ्या मुद्द्यांची चर्चा पुनः पुन्हा चर्चा झाली. बोलून-बोलून कंटाळा आला. सगळ्यांच्या डोळ्यांवर झोप येऊ लागली आणि तेवढ्यात हातात काठी घेऊन, डोक्याला माकडटोपी घालून शिपाई आला.

सगळ्यांना एकदम हायसे वाटले.

डोंगरे उभे राहत म्हणाले, "बाबा, कुठं होता इतका वेळ? वाट बघून-बघून कंटाळा आला."

शिपाई चौकसपणाने सगळ्यांचे चेहरे न्याहाळीत शांतपणे म्हणाला, "मुड्द्याची राखण करायचं काम आसलं साहेब, तरी मी जिता माणूस हाये. आमालाबी खायला-पेयाला लागतं."

"जेवायला गेला होता?"

शिपाईबुवांनी तोंडाने नुसता चुक् असा आवाज करून होकार दिला. मग पुन्हा एकदा सगळ्यांकडे चौकसपणे न्याहाळून पाहिले. जणू काही खोलीतला एखादा मेलेला माणूस तर पळून जाऊन या गर्दीत, जिवंतपणाचे सोंग करून डांबिसपणाने उभा नाही ना, अशा दृष्टीने त्याने सगळ्याच्या चेहरेपट्टीवरून दृष्टी फिरवली. मग त्याने खिशातली विडी काढून पेटवली. मोठ्या समाधानाने धुराचा लोटच्या लोट सोडला.

"तुमचा मुडदा हाये का आत?"

"आमचा मुडदा नाही आत, आम्हाला पाहिजेय दुसऱ्याचा." रामभाऊ खेकसले. बऱ्याच वेळाने खेकसायला मिळाल्यामुळे त्यांना जरा बरे वाटले.

"मग मी काय इचारलं? तेच इचारलं न्हवं?"

"हो- हो, तेच विचारलंस. आता कर बाबा लौकर मोकळं." डोंगऱ्यांनी मध्यस्थी केली.

"काय नाव?"

"बलभीम डोंगरे."

"केव्हा मेला?"

"कोण मी? भले शाबास?" डोंगरे एकदम घाबरले. "माझंच नाव बलभीम डोंगरे. चांगला जिवंत आहे ना उभा समोर, बाबा."

पुन्हा धूर सोडून शिपायाने डोंगऱ्यांकडे चमत्कारिक दृष्टीने पाहिले.

"आता? तुमचं नाव कधी इचारलं म्या? पेशंटचं सायेब."

"हां- हां! प्रल्हाद अनंत गंभीर. काका गंभीर म्हणायचे लोक त्यांना."

"काका गंभीर?"

– असे म्हणून शिपायाने आपली मुद्रा एवढी गंभीर केली की, बघणाऱ्या सगळ्यांना वाटले की, बहुधा या इसमाची खोलीतल्या सगळ्या मुडद्यांशी चांगली ओळख असावी. त्यांच्याशी याच्या गप्पागोष्टीही झाल्या असाव्यात. एक-दोघे त्यांतले तर याचे दोस्तही असावेत. काकांची नि याची मात्र अजून ओळख झाली नसावी, इतकेच.

"काय म्हनलात? गंभीर?"

"होय."

"बघाया पायजे आत."

"अरे, दुपारीच मेलेत ते आज. त्यानंतरच आणलं असेल ना इथं?"

"दुपारपासनं सायेब तीन-चार पेशंट खलास झाले. अजून हितंच मुक्कामाला हायेत समदे." तोंडातली विडी पुन्हा एकदा हलली.

"आनंद आहे."

"बगतो मी आत. काडतो भायेर. तवर तुमी अम्बुलन्स मागवा. कागदं आणलीत का समदी?"

रामभाऊंनी खिशातली कागदपत्रं काढून दाखविली, सगळी खातरजमा केली. मग ही स्वारी विडी टाकून बंद दाराकडे गेली. खिशातली किल्ली काढून त्याने कुलूप उघडले. दार लोटून आत गेला. थोडा वेळ इकडे-तिकडे बघून पुन्हा बाहेर आला.

"पोरगा होता सायेब, का मोठा बाप्या होता?"

"बाप्या होता." विशापंत हताशपणे म्हणाले.

"म्हंजी चांगला उंचनिंच?"

"साधारण."

"तेच. आता आलं ध्येनात."

पुन्हा स्वारी आत गेली. मग प्रेत शोधून बाहेर आणीपर्यंत अँब्युलन्स आलीच. सगळ्यांनी मिळून काकांचा मृत देह मोटारीत चढवला. हॉस्पिटलच्या नियमाप्रमाणे काकांचा सगळा देह वरपासून खालपर्यंत स्वच्छ पांढऱ्या कापडाने बांधलेला होता. हातपाय अगदी ताठ होते आणि मान डगमगत होती. पांढऱ्या जाड कापडातूनही मृत्यूचा स्पर्श कळत होता.

मोटारीचे दार बंद करून सगळी मंडळी आत बसल्यावर मोटार निघाली. थोड्या वेळाने विशापंत म्हणाले, "हे शिपाई लोक म्हणजे बिनडोक बुवा अगदी. लोकांच्या वेळेची काही पर्वाच नाही यांना. निवांत कारभार सगळा."

"होपलेस!" रामभाऊ छत्री घट्ट धरून गुरगुरले.

वाटेतल्या खड्ड्यांमुळे मोटारीचा टप धाड्दिशी डोंगऱ्यांच्या डोक्याला लागला होता. दुखणाऱ्या भागावरून हळुवारपणे हात फिरवीत ते म्हणाले, "काकांच्या हाताखाली हा शिपाई असता ना, तर त्याची खांडोळी केली असती त्यांनी."

"नुसतं कुणी हसलेलं खपायचं नाही त्यांना– अन् हे तर–"

"उशीर तर मिंटाचा खपायचा नाही. लगेच बोलायला सुरुवात."

"आता काका मेलेत म्हणून ठीक. नाही तर आपला मुडदा मिळायला इतका उशीर लागला, हे कळलं असतं तर असा ओरडला असता–"

रामभाऊंच्या या विनोदाने सगळ्यांना एकदम हसू लागले. त्यातल्यात्यात डोंगऱ्यांना अगदी खदखदून हसू आले. बराच वेळ डोक्यावर दडपण आल्यामुळे त्यांचे डोके भणभणायची वेळ आली होती. चेहराही ओढल्यासारखा झाला होता. त्यातून ते काही खाऊन आले नव्हते. त्यामुळे या विनोदाने त्यांना एकदम विरंगुळा वाटला. त्यांचे डोके एकदम हलके-हलके होऊन गेले. ते एकदम उत्साहाने म्हणाले, "बरं मग, पुढं कसं करायचं कुलकर्णी? का हो रामभाऊ? घरी न्यायचं

ना पाच मिनिटं? मग तिथनं तसंच परभारे स्मशानात जाऊ. आँ?''

खरे म्हणजे हे सगळे आधीच ठरलेले होते. हॉस्पिटलमध्ये जाऊन प्रेत ताब्यात घ्यायचे, घरच्या लोकांनी अंत्यदर्शन घेतल्यावर मग तसेच मोटारीने स्मशानात जायचे. इतका सगळा बेत आधीच मुक्रर झाला होता. त्यात खरे म्हणजे काही संदिग्ध राहिले नव्हते; पण आपण एखादा नवाच महत्त्वाचा मुद्दा सुचवीत आहोत, अशा थाटात डोंगऱ्यांनी हा प्रश्न विचारला. आणि काही कारण नसताना ते उत्तरासाठी सगळ्यांच्याकडे पाहू लागले.

रामभाऊंनी तिरसटपणे मान हलवली. विशापंत काही बोललेच नाहीत. आणि कुलकर्णी नुसते 'हूं' म्हणाले आणि गप्प राहिले; पण तेवढ्यानेही डोंगऱ्यांना आपला मुद्दा लोकांना पटला असल्याचा साक्षात्कार झाला. त्यांचा चेहरा खुलला. या सगळ्या गडबडीत आपण हळूच आपल्या घरात जाऊन काही तरी तोंडात टाकून यावे, असा त्यांचा विचार होता. भुकेमुळे ते बरेच कासावीस झाले होते. पाच मिनिटे म्हणाले तरी पाच मिनिटांत काही आटपत नाही असला प्रकार. थोडीफार रडारड चालायचीच. चार गाणसे नाही म्हटले तरी जमायचीच. थोडाफार सांत्वनाचा प्रकार चालणारच. पुष्कळ झाले की! तेवढ्या वेळात आपण घरात जाऊन येऊ.

डोंगऱ्यांच्या मनात अशी विचारांची गर्दी उसळली होती तेवढ्यात घर आलेच. घर म्हणजे काय– दहा-पाच बिऱ्हाडांची चाळ होती. चाळीच्या अगदी तोंडाशी दाराजवळ मोटार उभी राहिली. सगळे खाली उतरले. काकांचा पांढऱ्या शुभ्र कापडात गुंडाळलेला मृतदेह त्यांच्या घरात आणला, तेव्हा एकच हलकल्लोळ माजला. रडारड सुरू झाली. आसपासची माणसे गोळा झाली. काकांच्या अंगावर अंग टाकून बायको रडू लागली. लहान पोरांनी गळा काढला. चार लोक सांत्वनाचे शब्द बोलले. कुणी पोरांना जवळ घेतले, कुणी बायकोची समजूत काढली. काकांचे भवितव्य बऱ्याच दिवसांपासून डोळ्यांना दिसतच होते. भ्रमिष्टपणामुळे घरात त्यांचा तापच झाला होता. त्यामुळे या रडारडीला फारसे मोठे स्वरूप नव्हते. जे होणार आहे असे माहीत होते, तेच घडले होते. त्यात अनपेक्षित काही नव्हते. त्यामुळे घरच्या लोकांच्या दुःखाला विशेष धार नव्हती. त्यामुळे लवकरच ही रडारड थांबली.

मग कुठून तरी आलेले दूरचे एक नातेवाईक अधिकारवाणीने म्हणाले, ''हं. बगूताई, पुरे आता रडणं. उठा, सगळे अंत्यदर्शन घ्या. चला. फार वेळ ठेवायचं नाही हे.''

यावर कुणी तरी सूचना केली की अंत्यदर्शनासाठी अंगावरचे सगळे कापड काढून टाकावे, म्हणजे नीटसे अखेरचे दर्शन होईल; पण हॉस्पिटलमध्ये मरण पावलेल्या रोग्याच्या अंगावर कपडे नसतात, फक्त वरून कापड गुंडाळलेले असते हे दुसऱ्या कुणी तरी ध्यानात आणून दिल्यावर तो बेत रद्द करण्यात आला. निदान

तोंडाचा भाग तरी मोकळा करावा, म्हणजे घराच्या लोकांना अंत्यदर्शन व्यवस्थित होईल; असे कुणी तरी म्हणाले. ती कल्पना प्रथम योग्य दिसली. त्या दृष्टीने कापड तोंडापुरते काढायची खटपटही करण्यात आली; पण अंगावरचे फडके घट्ट गुंडाळलेले होते. तोंडावरचे कापड काढण्याच्या उद्योगात सगळेच कापड निघण्याचा संभव आहे असे जेव्हा ध्यानात आले, तेव्हा तोही नाद सोडून देण्यात आला. शेवटी पहिले नातेवाईक गृहस्थ म्हणाले, ''राहू द्या आता ते झालं, काही सोडू नका अन् काही बांधू नका. असंच पायाला हात लावून नमस्कार करा.''

घरातली सगळी मंडळी उठली. बायको, मुली, मुले सगळ्यांनीच पायाला हात लावून नमस्कार केला. तेवढ्यात कुणी तरी बाहेर जाऊन हार, फुले आणून वाहिली. मग काकांचा देह पुन्हा उचलून मोटारीत ठेवण्यात आला. रामभाऊ, विशापंत ही शेजारीपाजारी मंडळी इतका वेळ ताटकळत बाहेर उभी होती. त्यांनी सुटकेचा नि:श्वास सोडला. गाडीत दोघे-चौघे बसले. चार-दोन मंडळी इतर व्यवस्थेसाठी चालत पुढे गेली. दार बंद करून घेतले अन् मोटार सुटली. भर्रकन निघून गेली.

सगळी मंडळी स्मशानात पोचली, तेव्हा रात्रीचे बारा वाजून गेले होते. सर्वत्र नि:स्तब्ध आणि भयाण होते. दूरवर दिवे चमकत होते. दुसरी कसलीही सोबत नव्हती. थंडी चांगलीच पडली होती. दातांवर दात आपटीत, जमलेली सात-आठ माणसे कुडकुडत एका जागी बसून राहिली होती. एक-दोन बत्त्या आल्या होत्या; पण त्या अर्धवटपणानेच जळत होत्या. बाजूला लाकडांचा ढीग पडला होता. मंत्राग्नी देण्यासाठी भटजीबुवांना बोलावले होते. ते नुकतेच झोपेतून उठून आले होते. त्यामुळे ते मधून-मधून डोळे चोळीत होते आणि मधून-मधून आज दिवसभर आपल्याला किती काम पडले, हे जरा कुरकुरत सांगत होते.

पहिले सगळे विधी घाईगडबडीने उरकल्यावर लोकांनी चिता रचली. मग गंभीर काकांचा मृतदेह चितेवर ठेवण्यात आला. पुन्हा चितेचे राहिलेले काम पूर्ण करण्यात आले. तोंडाची बाजू तेवढी विधीसाठी मोकळी ठेवण्यात आली.

भटजीबुवांनी या वेळेपर्यंत सगळी चौकशी करून ठेवलीच होती. ते म्हणाले, ''मंगळसूत्र आणलंय ना घरातलं?''

''हो– हो. हे काय–''

– असे म्हणून त्या नातेवाईक गृहस्थांनी खिशातले मंगळसूत्र बाहेर काढून दाखवले.

''हे पाहा.''

''ठीक आहे. आता तोंडाची बाजू जरा मोकळी करून ठेवून द्या तिथं– मग अग्नी.''

तोंड सोडून बाकी सगळा देह चितेत झाकला होता. तोंड मोकळे करणे आता

अशक्य होते. कारण कापडाची टोके पायाकडे होती. तोंडाभोवती फडके घट्ट गुंडाळलेले होते. ते ओढून काढणे चट्दिशी जमण्यासारखे नव्हते. हे सगळे भटजींनी सुचवल्यावर लक्षात आले; पण आता काही उपयोग नव्हता. शेवटी विशापंतांनी पेन्सिलीचा चाकू खिशातून बाहेर काढला.

''यानं फाडू या आपण कापड तोंडावरचं. मंगळसूत्र ठेवण्याइतकी जागा झाली म्हणजे झालं.''

सगळ्यांना ही कल्पना पसंत पडली. नाकाने फर्रर करीत विशापंतांनी चाकूने कापड फाडले. थोडेसे बाजूला केले–

– अन् एकदम दचकल्यासारखे करून ते मागे सरकले.

''आं?''

बाकीची मंडळी जवळपास उभी होती. ती टकामका विशापंतांकडे पाहू लागली. कुणाला काही समजले नाही.

''काय हो, विशापंत?''

''अहो, हे काय हे?''

''काय झालं काय?''

पांढराफटक चेहरा करून विशापंत कापत कापत म्हणाले, ''अहो, काका कुठाहेत?''

हे ऐकल्यावर सगळे जण घाबरले. पांढऱ्या कापडाच्या आत असणारे काका एकाएकी अदृश्य झाले की काय, अशी अनेकांना शंका आली. डोंगऱ्यांनी तर लगेच इकडे-तिकडे घाबरटपणे पाहिले; पण बाहेरच्या वातावरणात तरी काही त्यांना काका इकडे-तिकडे कुठे दिसले नाहीत. मग डोंगरे जिज्ञासेने म्हणाले, ''म्हणजे काय?''

''ते – तेच म्हणतो म – मी.''

''काय म्हणता आहात?''

''क – काका कुठाहेत?''

संभाषण पुन्हा मूळ पदावर येऊन ठेपले. तेव्हा नातेवाईक गृहस्थ पुढे सरसावले.

''विशापंत, हे काका नाहीत?''

''न – नाहीत.'' विशापंतांचे दात थंडीने वाजत होते की भीतीने, हे कुणाला नीटसे कळले नाही.

''कशावरून?''

''काका गोरे होते. हे तोंड काळं दिसतंय चांगलं.''

आता कुठे सगळ्यांच्या जिवात जीव आला. काय घाबरून सोडले या माणसाने आपल्याला! गोऱ्या माणसाचा चेहरा जरा काळा दिसला, त्याबरोबर ही स्वारी घाबरली. म्हटले, काय झालं काय? काका कुठाहेत म्हटल्यावर छातीत धस्स झाले

की आपल्या! एखाद्याला वाटावे, का पळून-बिळून गेले चितेवरनं. नाही, त्याचा काही नेम नाही म्हणा. रात्रीची बारा वाजायची वेळ आहे. त्यातून स्मशानभूमीसारखी जागा! काही भुताटकीचा प्रकार घडायचा एखाद्या वेळेस. काय सांगावे? मागे असेच झाले होते म्हणतात. तो हा– आपला– मेला. अन् इथं आणल्यावर त्याचं प्रेत टुण्दिशी उठून बसलं म्हणे चितेवरच. असे पळालेत लोक...

कुणाच्या मनात काही, कुणाच्या मनात काही, असे विचार आले होते; पण विशापंतांची शंका ऐकल्यावर सगळ्यांनी सुटकेचा निःश्वास टाकला. हात्तीच्या! एवढंच होय? मग हरकत नाही.

"विशापंत, अहो, मग यात एवढं घाबरायला काय झालं? गोरं माणूसदेखील काळं होतं आजारपणानं."

"नाही हो –" विशापंत भेदरलेले दिसले.

"हा चांगला डार्क रंग आहे."

"अशी नाही तुमची खात्री पटायची अर्धवट कामानं." रामभाऊ पुढे सरसावले. "सबंध तोंड मोकळं करा स्वच्छ अन् बघा. उगीच दुसऱ्याला घाबरं करू नका विनाकारण."

हा मुद्दा विशापंतांना पटल्यासारखा दिसला. ते पुन्हा एकदा नाक वाजवीत चितेजवळ गेले. हातातला चाकू पुढे करून त्यांनी पुन्हा तोंडावरचे कापड आणखी फाडले. रामभाऊंनी ते बाजूला करून तोंड पूर्णपणे मोकळे केले. त्या बरोबर जे दिसले ते पाहून रामभाऊ दचकून एकदम मागे सरकले; आणि विशापंतांनी तर लांब उडी मारली.

"बापरे!"

कुलकर्णी चौकसपणाने म्हणाले, "काय हो? काय झालं?"

"मिशा–"

"मिशा?" डोंगऱ्यांना आश्चर्य वाटले.

"होय."

"मिशाला काय झालं आणखीन?" रामभाऊंची चांगली दमछाक झाली होती. त्यांना श्वास लागला होता. त्यांच्या नाकपुड्या एकसारख्या हलत होत्या अन् तोंडावर प्रेतकळा आली होती. कसाबसा धीर करून ते म्हणाले, "अहो, या प्रेताला मिशा आहेत."

"बरं मग?" डोगऱ्यांना आणखीन आश्चर्य वाटले.

"प्रेताला मिशाबिशा असू नयेत म्हणता काय? गंमतच आहे तुमची, रामभाऊ."

"तुम्ही गप्प बसा." रामभाऊ खेकसले. "तुम्हाला माहीत नाही तर बोलू नका. अहो शहाणे, काकांना मिशा नव्हत्या; मग इथं कशा आल्या?"

रामभाऊंनी हा अभिप्राय व्यक्त केल्यावर मात्र सगळ्यांचे काळीज लट्कन् उडाले. प्रत्येकाने घाईघाईने काकांचा चेहरा डोळ्यांसमोर आणून पाहिला. त्यांना मिशा होत्या की नाही, हे आठवून पाहण्याचा प्रयत्न केला; पण नक्की काही लक्षात येईना. एकदा वाटले की नव्हत्या; पण दुसऱ्यांदा वाटले की, होत्या. आपले विशेष लक्ष गेले असावे; पण असतीलही एखाद्या वेळेस. त्याचा काय नेम?

विशापंत म्हणाले, "मिशा नव्हत्या. मी नक्की सांगतो."

"कशावरून?"

"आता काय करावं? काकांना मी रोज पाहत होतो की. छट्!"

विशापंतांनी अशी खात्री दिली, तेव्हा प्रश्न मिटला; पण तेवढ्यात डोंगऱ्यांच्या डोक्यात शंका आली.

"पण अलीकडे बरेच दिवस काका हॉस्पिटलमध्ये होते ना?"

"बरं, मग?"

"तेवढ्यात आल्या असल्या तर?"

"इतक्या?"

"त्याला काय? येडंच होतं ते. आल्या असतील पुष्कळ."

"शहाणे आहात फार!" रामभाऊ खेकसले. "पुंजका आहे, पुंजका!"

सर्वांनी जवळ जाऊन, खात्री करून घेतली. खरोखरीच मिशांचा पुंजका दिसत होता. रंगही चांगल्यापैकी काळा होता. अधिक निरखून पाहिले तेव्हा सर्वांची निश्चिती झाली की, हे प्रेत काका गंभीर या गृहस्थाचे नव्हे; दुसऱ्याच कुणाचे तरी आहे. कोणाचे आहे, हे माहीत नाही; पण त्याचा काकाशी काही संबंध नाही, एवढे खास. प्रेत आणताना काही तरी गफलत झाली आहे. त्या हरामखोर शिपायाने काका म्हणून भलत्याच माणसाला आपल्या ताब्यात दिले आहे. कोण आहे, कुणाचे आहे, कुणास ठाऊक? कदाचित एखादे खुनाबिनाचे, अपघातातलेसुद्धा असायचे! तसे असेल तर फारच चमत्कारिक. निष्कारण आपल्या अंगावर काही तरी बिलामत यायची. छे: छे:! हे भलतंच लचांड झालं! आता काय करायचे तरी काय? असा काही प्रकार होईल, अशी स्वप्नातही कल्पना नाही.

सगळी माणसे डोक्याला हात लावून बसली. एकमेकांकडे पाहू लागली. दाट अंधार आणि झोंबणारी थंडी यामुळे त्यांना आणखीनच भीती वाटू लागली. काय करावे, हे कोणाला कळेना. तेवढ्यात उद्या आपल्याला सकाळी ऑफिस आहे, हे पुन्हा डोंगऱ्यांच्या लक्षात आले. थंडीने कुडकुडत ते केविलवाण्या सुरात म्हणाले, "आटपा रामभाऊ लवकर. आता उगीच उशीर नको. हे काय, चाललंय काय?"

रामभाऊ चिडक्या सुरात म्हणाले, "मी चालवलंय् काय? तुम्ही तर असं बोलताय डोंगरे, की वा! जसा काही मीच हा कारभार केला."

"पण तिथंच नीट बघून घेतलं असतं तर?"

"अहो, पण हे काय टाळक्यात येतंय कुणाच्या?"

"आम्हाला सक्काळी अगदी ऑफिस आहे हो."

"बरं, मग?"

"बघा नीट. काही तरी आपलीच गफलत असेल ही. काकाच असतील ते. नक्की असतील. बघा तुम्ही पुन्हा एकदा."

आता मात्र रामभाऊ अगदी चिडून गेले. "अरे, ही काय थट्टेची वेळ आहे? आम्हाला काही धंदा नाही दुसरा, म्हणून हे उद्योग करीत बसलो आहोत? काय माणूस आहे!"

काकांचे नातेवाईक गृहस्थ कपाळाला हात लावून बसले होते. ते म्हणाले, "अहो मिस्टर, काका नाहीत ते. दुसऱ्या कुणाचा तरी भलताच मुडदा तुम्ही आणलाय!"

"मग आता?"

"आता काय? आता बोंबला!" रामभाऊंनी योग्य ते हातवारे करून आपल्या भावनेची तीव्रता सगळ्यांच्या ध्यानी आणून दिली.

सगळे जण पुन्हा एकमेकांकडे टकामका पाहत राहिले. चार-दोन क्षण अगदी विलक्षण शांत गेले. फारच भयाण वाटू लागले. आता काय करावे, हे कोणालाच कळेनासे झाले. विचार करून करून डोक्यात किडे पडले.

भटजीबुवा बराच वेळ सगळ्या मंडळींकडे शांतपणे पाहत मुकाट्याने उभे होते. सगळ्यांचे संभाषण ऐकीत होते. मधून-मधून जांभया देत होते. एक मोठी जांभई देऊन त्यांनी विचारले, "हे प्रेत तुमचे नाही वाटते?"

"नाही." रामभाऊ हताशपणे म्हणाले.

"मग कुणाचे आहे बुवा?"

विशापंतांनी तपकिरीचा बार चढवून धीर आणण्याचा प्रयत्न चालवला होता. त्यांनी मनातल्या मनात उत्तर दिले, 'आता या प्रेतालाच विचारा, भटजीबुवा. नक्की सांगेल ते. त्यालाही कंटाळा आला असेल इतका वेळ पडून पडून.'

पण उघडपणे ते म्हणाले, "ते आता आम्हाला कसं कळणार? काही तरी चूकभूल झालीय, दुसरं काय?"

"मग असं का करीत नाही?" भटजी इकडे-तिकडे पाहून खासगी सुरात म्हणाले.

"कसं?"

"आता कुठं कटकट करीत बसताय रात्रीची! चिता रचलीच आहे अनायासे. देऊन टाका अग्नी यालाच. ते दुसरं प्रेत कुणी तरी नेईल की हो. त्याला तिकडची

माणसं देतील. फिट्टंफाट झाली. काय?''

डोंगऱ्यांना ही कल्पना एकदम पटली. ते उत्साहाने म्हणाले, ''चालेल, चालेल. रामभाऊ, आटपा लौकर.''

पण रामभाऊ हे गृहस्थ सरकारी अधिकारी होते. ते घाबरून म्हणाले, ''छे: छे:! अहो, भलतंच काय सांगताय भटजीबुवा तुम्ही? काही तरी लफडे होईल मागनं. एखादेवेळी फौजदारी होईल. जातील सगळेच फासावर!''

''सगळे काय जातात म्हणा! ही काय मोगलाई आहे?''

भटजीबुवांनी खांदे उडविले. पुन्हा एकदा मोठी जांभई दिली. ''बघा– तुमचं तुम्ही ठरवा. मग मला हाक मारा.'' असे म्हणून स्वारी खांद्यावर पंचा टाकून निघाली. घाटाच्या पायऱ्या चढून अंतर्धान पावली.

डोंगरे सोडून बाकी सगळ्यांकडे पाहत काळजीच्या सुरात रामभाऊ म्हणाले, ''मग? काय करायचं आता?''

''मोठी घडघडच होऊन बसली ही.''

''मला वाटतं, आपण कसल्याही भानगडीत पडू नये. सरळ हा मुडदा न्यावा हॉस्पिटलमध्ये परत अन् आपला आणावा. मग पुढचं उरकावं.''

''तेच बरं.''

डोंगऱ्यांनीही मान हलवली.

''चालेल. लौकर आटपा म्हणजे झालं.''

थोडीशी गंभीर चर्चा होऊन अखेर असे ठरले की, पुन्हा अँब्युलन्स मागवावी, हे प्रकरण नीट व्यवस्थित हॉस्पिटलमध्ये पोचवावे, खऱ्याखुऱ्या काकांना ताब्यात घ्यावे आणि मग पुन्हा इथे येऊन पुढचे उद्योग करावेत. आता पुन्हा सगळ्यांनी काही हॉस्पिटलमध्ये येण्याची गरज नाही. निदान डोंगऱ्यांनी तरी मुळीच नाही. दोघा-तिघांनीच जावे. बाकीच्यांनी बाहेर रस्त्यावर थांबावे.

अँब्युलन्स बोलावून पुन्हा हॉस्पिटलमध्ये जाईपर्यंत रात्रीचे तीन वाजले. गाडीचा ड्रायव्हरही सगळ्यांकडे विचित्र दृष्टीने पाहत होता. आजपर्यंत त्याने घरादारातली माणसं स्मशानात पोचवली होती; पण स्मशानातले माणूस उचलून हॉस्पिटलमध्ये पोचवण्याचा गंभीर प्रकार त्याने तरी कधी पाहिला नव्हता. त्यामुळे तो जरा कुरकुरतच होता. काही तरी भानगड या लोकांनी करून ठेवली आहे आणि ती निष्कारण आपल्या अंगावर शेकणार आहे, याबद्दल त्याला जवळजवळ खात्रीच वाटत असल्यासारखे त्याच्या तोंडावरून दिसत होते. त्या सगळ्या व्यापातून त्याची समजूत काढून हॉस्पिटलमध्ये मंडळी आली, तेव्हा 'डेड् बॉडीज वॉर्ड'मधला मघाचा शिपाई पुन्हा जाग्यावर नव्हताच. आरडाओरडा केल्यावर दुसरा माणूस आला.

मघाचा शिपाईच ड्युटीवर आहे, पण तो कुणाच्या तरी मर्तिकेला आयत्या वेळी गेल्याचे त्याने सांगितले. आपण इथे राखणीला नुसते आहोत, त्याच्या कामात ढवळाढवळ करण्याचा आपल्याला काहीही अधिकार नाही, असे त्याने सांगून टाकले, तेव्हा आलेली मंडळी मट्‌कन् खालीच बसली.

विशापंत अगदी मेटाकुटीला येऊन म्हणाले, "अरे बाबा, असं काय करतोस? चूक तुमची अन् ताप आम्हाला? वा!"

राखणदार स्वारी अडाणी असली तरी सरकारी नोकर होती. त्या नोकरीला शोभेल अशा संथपणाने ती म्हणाली, "चूकबीक समदी सकाळी बगू साहेब. या वक्ताला काई न्हाई. तवर थांबा."

हे ऐकल्यावर अंगावर काटाच आला.

"आं? अन् हा तुमचा मुडदा? त्याचं काय करायचं?"

"ठेवा तुमच्याजवळ. नाय तर घरी घेऊन जावा."

"अन् आमचा मुडदा?"

"सकाळी मिळेल."

"अरे वा! शहाणाच आहेस."

"मुड्द्यांची समदी जबाबदारी आमच्यावर हाये, सायेब. तुमची-माजी वळख का पाळख? उगीच कुणी गावातलं एखादा मुडदा आणील अन् घ्या म्हणील. तसं कसं जमंल? आमी सायेब आमचेच मुडदे घेत असतो; दुसऱ्यांचे घेत न्हाई."

"मग आता सकाळपर्यंत थांबावं म्हणतोस?"

"हा."

"अन् तिकडे चिता रचून ठेवली आहे, तिचं काय करतोस? का मी पडू आडवा तिच्यावर?" रामभाऊंना झीटच आली.

"ते मी कसं सांगू, सायेब? दुसरं कुणी आलं तर देऊन टाका त्येस्नी. नाय तर डॉक्टरला भेटा तंवाच्या."

या मूर्खाशी बोलण्यात काही अर्थ नाही, हे पाहिल्यावर पुन्हा कामाची वाटणी झाली. एक-दोघे या ॲम्ब्युलन्सपाशी थांबले. बाकीचे दोघे कामावरच्या डॉक्टरांना भेटले. त्यांनी त्या वेळच्या डॉक्टरांना भेटायला सांगितले. त्या पहिल्या डॉक्टरांचा पत्ता शोधण्यात बराच वेळ गेला. शेवटी घर सापडले; पण डॉक्टर सापडलेच नाहीत. ते कुठल्या तरी नाटकाला गेले आहेत म्हणून कळले. तिकडे चौकशी केली तेव्हा नाटक सुटून बराच वेळ झाला होता. म्हणून परत घरी चौकशी केली. नाटक संपले असले तरी डॉक्टर तिथेच नाटक कंपनीच्या बिऱ्हाडीच असतील, म्हणून पुन्हा उत्तर मिळाले. शेवटी पुन्हा हेलपाटा घेऊन डॉक्टरांना शोधून काढावे लागले. डॉक्टरही चडफडतच बाहेर आले. 'लोक म्हणजे एकेक बुवा... कुठं मसणात गेला

डॉक्टर, तरी शोधून काढून मागं येतील ताप द्यायला. त्याला काही करमणूक, विरंगुळा लागतो, हे काही यांच्या डोक्यात यायचं नाही कधी...' अशी डॉक्टरांनी बराच वेळ बडबड केली. मग ते चडफडतच हॉस्पिटलमध्ये परत आले. सगळी मंडळी लळत-लोंबत त्यांच्या पाठीमागे आली.

मग पुढच्या सगळ्या गोष्टी रीतसर पार पडल्या.

मिशावाला मुडदा खोलीत बंदिस्त करण्यात आला अन् काका गंभीर यांचा मृतदेह पुन्हा गाडीत घालण्यात आला. या खेपेस अर्थातच काका हे काकाच आहेत, याबद्दल पूर्ण खात्री करून घेण्यात आली अन् मग सगळी मंडळी निघाली.

मोटार पुन्हा पहिल्या ठिकाणी येऊन पोचली, तेव्हा चांगली पहाट झाली होती. गारवा आणखी वाढला होता. किंचित फिकट दिसू लागले होते. वाट बघून-बघून डोंगरे आणि मंडळी घाटाच्या वरच्या पायऱ्यांवर गाढ झोपी गेली होती. त्यांना हलवून-हलवून जागे केले.

डोंगरे दचकून उठले. जागरणाने त्यांचे सगळे अंग जड झाले होते. थंडीने काकडून गेले होते. झोप तर अशी येत होती की, डोळे उघडता उघडेनात. ते तसेच पेंगत-पेंगत म्हणाले, ''काय झालं? काका आले का परत?''

''हो– हो, आले. उठा.''

''कसे काय आहेत?''

''उत्तम आहेत. ठणठणीत दिसली तब्येत. उठा आता.'' रामभाऊ खेकसले. त्याबरोबर डोंगरे खडबडून जागे झाले. सगळ्यांच्या बरोबर चालू लागले.

अखेर सूर्यनारायणाच्या साक्षीने चिता पुन्हा रचली. अग्नी देण्यापूर्वी पुन्हा एकदा सगळ्यांनी नीट निरखून पाहिले. डोंगऱ्यांनीही काकांना मिशा नाहीत याची खात्री करून घेतली. चांगले न्याहाळून पाहिले. काका गंभीर गंभीरपणे पहुडलेले होते. आपल्या आयुष्यातील एकमेव विनोदी प्रकाराचा त्यांच्या उघड्या केलेल्या तोंडावर मागमूसही नव्हता. डोळे मिटलेलेच होते; पण ओठांच्या कोपऱ्यावर मात्र कधी नव्हे ते बारीकसे हसू उमटले होते!

/

## ५.
# एका वर्गातील पाठ

मॅट्रिक झाल्यानंतर भिकू मुंगळे याने एस.टी.सी.च्या वर्गात नाव घातले, तेव्हा त्याच्या अंगात बराच हुरूप होता. कारकून होण्यापेक्षा मास्तर होणे बरे, असे त्याचे निरीक्षणाने बनलेले ठाम मत होते. सरकारी नोकरीत कटकटी फार. दिवसभर राब-राब राबायचे. कधी सुट्टी नाही, की काम बंद नाही. रजा चुकून मिळायची नाही. वरिष्ठांचा धाक सदैव. त्यापेक्षा मास्तरकी कशी उत्तम. वर्षातून चार-दोन महिने सुट्ट्या, पुन्हा मेले-गेले कुणी, तर एखादी जादाच, पण कमी नाही. ऐटीत पेपर तपासायचे, पाच-पन्नास पोरांवर अधिकार गाजवायचा, त्यांनी 'सर-सर' म्हणायचे. 'मुंगळे' या नुसत्या आडनावात फारसा जोर नाही. 'मुंगळे सर' म्हटले म्हणजे कसे भारदस्त वाटते! त्या सहली, त्या शिकवण्या...

भिकू मुंगळे याने इतका सगळा विचार बारकाईने केला होता. मास्तर व्हायचे असेल, तर एस. टी. सी. होणे ओघानेच आले. त्या उमेदीने त्याने नाव घातले होते. एवढे वर्ष पार पाडायचे आणि वर्गातले स्वतंत्र राज्य बळकावायचे, असे त्याने ठरवून ठेवले होते.

त्या उमेदीने त्याने पहिला महिना झपाट्याने काढला. वर्गातला अभ्यास लक्षपूर्वक ऐकला. मग पाठ देण्याची वेळ आली, तेव्हा त्याने जोराची तयारी केली. पहिलाच पाठ, तेव्हा सगळे शिकवलेले तंत्रबरहुकूम अंमलात आणायचे आणि शिक्षकांची शाबासकी मिळवायची, हे त्याने आधीच ठरवून टाकले होते. त्या दृष्टीने त्याने पाठाची टाचणे केली. भूगोल हा विषय रुक्ष असल्याची विद्यार्थ्यांची कल्पना

प्रथम खोडून टाकणे हे भूगोलशिक्षकाचे पहिले कर्तव्य असते, हे त्याने वर्गात ऐकलेले होते. म्हणून त्याने बारकाईने तयारी केली. 'चहाचे उत्पन्न - आसाम प्रांत' हा धडा निवडण्यातही त्याने विलक्षण हुशारी दाखवली. एक तर 'आसाम' हे नाव त्याने स्वत: बऱ्याच वेळा ऐकले होते. सध्या तिकडे काही तरी गडबड चाललेली आहे, हे त्याच्या कानांवरून गेले होते आणि चहा तर सगळ्यांच्याच परिचयाचा. चहाला ओळखत नाही कोण? तेव्हा अशा सोप्या विषयावर पाठ घेण्यात त्याने शिताफी दाखवली होती, यात काही शंका नव्हती. हां, आता त्यातली काही माहिती थोडी किचकट होती. चहा कोठे तयार होतो, त्याला किती पाऊस लागतो, जमीन कशा प्रकारची असावी लागते, चहा कसा तयार करतात– हे सगळं प्रकरण जरा बिकट अन् गुंतागुंतीचे होते; पण पुस्तकातली माहिती वाचून पाठ केल्यावर मग अडचण कसली? शिवाय त्याच्या जोडीला नकाशा आणि इतर काही गोष्टी बरोबर घेतल्या की झाले. गेल्या वर्षी एका विद्यार्थ्याने कुत्र्यावर निबंध घेतला, तेव्हा प्रत्यक्ष कुत्र्याचे पिल्लू वर्गात नेऊन सगळ्यांनाच चकित केल्याची हकिगत शिक्षकांनी सांगितली होती. हे लक्षात ठेवून भिकू मुंगळ्याने बरोबर एक चहाचा पुडाही न्यायचा, असे ठरवून टाकले होते.

प्रत्यक्ष लेसनचा दिवस उजाडला, तेव्हा भिकू मुंगळे भलताच खुशीत होता. लेसननोट तयार होती. नकाशा आणि चहाचा पुडाही तयार होता, आता फक्त वर्गात जायचेच राहिले होते. त्याचा पाठ पाहणारे शिक्षक म्हणाले, "हं सगळं ठीक आहे हो, पण वर्गात गेलं प्रत्यक्ष म्हणजे नव्या माणसाची बोबडी वळते. पन्नास कार्ट्यांच्या समोर पाऊण तास उभं राहायचं म्हणजे चेष्टा नाही, मुंगळे."

मुंगळे हसून म्हणाला, "तुम्ही बघा तर खरं, घाबरलो तर मुंगळे नाव लावणार नाही. इदरगुच्चीकर असं आमचं पहिलं नाव होतं, ते लावीन."

"मग हरकत नाही; पण गंमत काय आहे– ज्या शाळेत आपले तास व्हायचेत ना, तिथली कार्टी भारी व्रात्य आहेत. नव्या माणसाला–"

"पण आपली तयारी असल्यावर काय प्रश्न आहे?"

"तयारी तर पाहिजेच म्हणा. सगळं नीट लक्षात आहे ना? फळ्यावर काय काय लिहायचं वगैरे?"

"अगदी कंप्लीट. म्हणूनच दाखवू का?" मुंगळे उत्साहाने म्हणाला, "आसाम चहामध्ये पिकतो – नाही नाही, चहा आसाममध्ये पिकतो. झालंच तर –"

"आलं आलं लक्षात. व्यवस्थित पाठ घ्या, म्हणजे झालं!"

"त्याची काळजीच नको."

"मग हरकत नाही."

शिक्षकांशी झालेले हे संभाषण आठवून भिकू मुंगळे याने दिवसभर तयारी पूर्ण केली आणि मग मोठ्या ऐटीत नकाशाची गुंडाळी घेऊन शाळेची वाट धरली.

तासाची घंटा झाली. पाठ पाहणारे शिक्षक आले, तेव्हा मुंगळे धीमेपणाने वर्गात शिरला. इतका वेळ किलबिल-किलबिल करणारा वर्ग एकदम शांत झाला. सगळी पोरे उठून उभी राहिली. शिक्षक-परीक्षक कोपऱ्यातल्या बाकावर बसले. मुलेही पुन्हा खाली बसली. 'अरे, लेसन आहे रे आज– मजा आहे' इ. इ. शब्दप्रयोग हवेत उमटले. मुलांनी खाली बसता-बसता बाकं बडवली. मध्येच कुणी तरी मांजरासारखे ओरडले, पण एकंदरीत मुलांनी चांगले वर्तन केले. कसलाही त्रास दिला नाही. हे बघून मुंगळेगुरुजी खूश झाले. त्यांनी टेबलावर नकाशा ठेवला, कपाळावरचा घाम पुसला, बोलण्यासाठी तोंड उघडले. तेवढ्यात एक केस पिंजारलेला मुलगा उठून उभा राहिला.

"सर, लेसन आहे आज?"

"हो!" भिकू म्हणाला.

"कशावरचा लेसन आहे, सर?"

सर काही तरी उत्तर देणार एवढ्यात दुसरा मुलगा उठलेला दिसला. तो म्हणाला, "अरे, लेसन म्हणजे आधी सांगायचं नसतं. कळेल फळ्यावर लिहिलं म्हणजे. बैस खाली. मोठा शहाणा विचारणारा!"

"तुला काय करायचंय? आम्ही विचारणार."

पहिल्याने निषेधाचा सूर काढला. मग मुंगळ्याकडे वळून नम्रपणे म्हणाला, "बघा की हो सर, आम्ही विचारलं तर ह्याच्या काय काकाचं जातं?"

एवढं संभाषण झाल्याबरोबर दुसरी काही मुलं उठली. त्यांनी पहिल्याला समजावण्याचा प्रयत्न केल्याबरोबर त्यांना खाली बसविण्यासाठी आणखी काही मुले उठलेली दिसली. वर्गात जिकडे-तिकडे 'शुक्शुक्, अरे हॅट –, बैस म्हणतो ना खाली' इतके वाक्प्रहार झाले. मग मात्र भिकू मुंगळे चिडला. खणखणीत आवाजात तो ओरडला, "हं, पुरे गडबड! चला, अभ्यासाकडे लक्ष द्या. एकदम शांत सगळे."

त्याबरोबर सगळी गडबड थांबली, जिकडे-तिकडे शांतता पसरली. सगळे खाली बसले. आपल्या पहिल्याच वाक्याचा असा परिणाम झालेला पाहून भिकू मुंगळ्याचा आत्मविश्वास वाढला. कोपऱ्यात बसलेल्या परीक्षकांकडे चोरून दृष्टी टाकून तो म्हणाला, "हां मुलांनो, मी तुम्हाला काही प्रश्न विचारणार आहे, बरं का? भराभर उत्तरं द्यायची. बघू या कोण उत्तरं देतो ते."

मग भिकूने टेबलावर दोन्ही हात ठेवले. क्षणभर मोठ्या ऐटीने वर्गाकडे पाहिले. वर्ग शांत होता. सुरुवात तर जिंकली. आता पुढचे सोपे होते. भिकूने मनातल्या मनात उजळणी केली. कशी सुरुवात करायची बरे? हां, 'सकाळी उठून तुम्ही काय

करता?' – कुणी सांगतील की, चहा पितो. बरोबर, हा चहा कुठं तयार होतो, कसा तयार होतो, हे तुम्हाला माहीत आहे का? नाही ना? तीच माहिती मग आज आपण पाहू या. वा! जुळले सगळे.

भिकू मुंगळे थोडासा खाकरला. त्याने घसा साफ केला. मग खणखणीत सुरात विचारले, "हं सांगा पाहू, सकाळी उठल्यावर तुम्ही काय करता?... हात वर करा."

सगळी मुले एकमेकांकडे पाहू लागली. काही जणांनी चेहरे असे चमत्कारिक केले की, ती सकाळी उठतात की नाही, याचीच शंका यावी. काहींच्या चर्येवरून ती सकाळी उठतात, पण आपण सकाळी काय करतो, हे त्यांना बहुधा आठवतच नसावे, असे भिकूला वाटले. किंचित थांबून त्याने पुन्हा प्रश्न विचारला, तेव्हा मात्र दोन-तीन हात वर झाले. भिकूला बरे वाटले. झाली, शेवटी व्यवस्थित सुरुवात झाली. आता पुढं सरळ गाडी मारायची.

हात वर केलेल्या एका मुलाला खणाणून प्रेमळ आवाजात भिकू म्हणाला, "शाबास! हं, तू सांग."

"काय?" त्या मुलाने प्रश्न विचारला.

"सकाळी उठल्याबरोबर तू काय करतो?"

"सकाळी उठल्याबरोबर? लगेच?"

"हो."

"परसाकडे जातो –"

हे ऐकल्याबरोबर वर्गात एकदम मोठ्ठा हशा झाला. मुले हीऽ हीऽऽ करून हसली. उत्तर देणारे ते रत्नही खी-खी करून हसले. एकदा भिकूकडे आणि एकदा परीक्षकाकडे आळीपाळीने पाहू लागले.

स्वतःला खचू न देण्याचा प्रयत्न करीत भिकू म्हणाला, "ते तर झालंच रे, पण पुढं काय करतोस?"

"तोंड धुतो."

"अन् तोंड धुतल्यावर?"

"दात घासतो."

"शाबास! दात घासले, पुढं?"

"पुढं पुन्हा तोंड धुतो."

पुन्हा एकदा वर्गात हशा झाला. मुले एकमेकांत बोलू लागली. 'ए वाशा, कधी रे दात घासतोस तू? – खोटं बोलतोस काय? – तू काय बघायला आला होतास काय? – रोज धुतो, रोज हं.' वाक्यप्रयोग उमटले. गडबड वाढली. भिकूने 'शूः' करून त्या कार्ट्याला खाली बसवले. पुन्हा सगळ्यांना शांत केले. या भानगडीत दहा-पाच मिनिटं तरी गेली. आता यापेक्षा जास्त वेळ जायला नको म्हणून भिकूने चुटक्या वाजवीत दुसऱ्याला प्रश्न विचारला.

“तू सांग रे, उठलास, तोंडबिंड धुतलंस, दात वगैरे घासलेस. पुढं काय करतोस तू?”

दुसऱ्या मुलाने मनाशी विचार केला. मग एकदम हसतमुख चेहरा केला. उभ्या-उभ्या पुन्हा हात वर केला. गडबडीने चुटक्या वाजवल्या. “मी सांगतो, सर, मी सांगतो –”

“तूच सांग ना. त्यासाठी तर तुला उभा केलाय, सांग –”

“सकाळी किनई मी –”

“हं–”

“दात घासल्यावर–”

“हं–”

“स्वैपाकघरात जातो–”

“आणि?”

“दूध पितो.”

“दूध पितोस?” भिकूचा सूर जड झाला.

“होय सर.”

– हॅट, भिकूच्या तोंडावर एकदम निराशा पसरली. त्याचे तोंड काळवंडले. एवढा डोंगर पोखरून शेवटी उत्तर काय, तर ‘दूध पितो!’ काय पण कार्टे विद्वान आहे! दूध प्यायला या लेकाच्याला कुणी सांगितले? आई-बापही मोठे शहाणेच दिसताहेत. आम्हाला इकडं चहावर गाडी न्यायचीय अन् हे आपले पोरांना चक्क दूध देऊन मोकळे!

हाताच्या इशाऱ्याने त्या गुणी विद्यार्थ्याला खाली बसवून भिकूने तिसऱ्याला विचारले. आवाज प्रेमळ ठेवला, “तू सांग रे, तुझी आई तुला सकाळी काय प्यायला देते?”

हा प्रश्न ऐकला आणि त्या पोराने तोंड एकदम गोरेमोरे केले. मग हळूहळू रडायला सुरुवात केली. त्यापाठोपाठ हुंदके यायला लागले. ते बघून भिकू सर्दच झाला. या पोरट्याला एकाएकी गहिवर यायला काय कारण झाले, ते कळेना.

“अरे, अरे– काय झालं तुला रडायला?”

“मी– मला– माझी–”

– असे म्हणत त्या पोराने पुन्हा गळा काढला. तेव्हा दुसरा पोरगा उठून उभा राहिला. हाताने टाळी वाजवून गुरुजींचे लक्ष आपल्याकडे वेधून घेत ती स्वारी म्हणाली, “त्याची किनई सर, आई वारलीय लहानपणी.”

“असं का?” भिकूने सहानुभूतीने विचारले.

“होय यर, म्हणून तो कुठेही आईचं नाव आले की रडतो.”

“अरेरे!”

“परवा पहिलीतली मुलं ‘अ आ इ ई’ची उजळणी पाठ करीत होती ना, तर तिथंदेखील ‘आई’ असं ऐकल्याबरोबर हा रडायला लागला. तो फारच हळवा आहे

मनानं, गुरुजी.''

''बरं बरं, असू दे. बैस हं तू खाली.''

भिकूने त्या हळव्या पोराला कसेबसे खाली बसवले. मग हा खुलासा करणाऱ्या पोराला तो म्हणाला, ''तूच सांग रे, तू काय पितोस सकाळी?''

''मी – म्हणजे मी स्वत:?''

''हो तूच.''

''मी दूध पितो.''

''हो का? मग बैस खाली.''

तो मुलगा खाली बसला. भिकूने एक अशक्त, किडकिडीत मुलगा डोळ्यांनी टिपला. त्याला उभे केले.

''तू काय पितोस?''

''मी पण दूधच पितो.''

''खाली बस.'' भिकू ओरडला.

''खरंच सर मी–''

''खाली बस म्हणतो ना!''

तोही मुलगा खाली बसला. या प्रश्नोत्तरात काही तरी गूढ आणि रहस्यमय आहे, अशी मुलांना खात्री पटली. 'दूध' शब्द ऐकल्यावर हे सर जरा चिडल्यासारखे दिसतात. त्यांचे तोंड कावरेबावरे होते, हे त्यांच्या ध्यानात आले. त्यामुळे प्रत्येक मुलाने पुढे प्रश्न विचारल्याबरोबर आपणही दूध पीत असल्याचे नम्रपणे कबूल केले. काहींनी विचारले नसतानाही स्वयंस्फूर्तीने उभे राहून आपल्या दुग्धप्राशनाची प्रशस्ती वर्णन केली. सगळ्या वर्गाने एकमुखाने 'आपण दूध पितो' असे सांगितल्यावर भिकू मुंगळे हादरला. आपली काही तरी गफलत होत आहे असे त्याला वाटू लागले. त्याच्या डोक्यात गोंधळ उडाला. शेवटी कसेबसे सावरून हसतमुख होऊन त्याने विचारले, ''काय? तुमच्यापैकी कुणीही चहा पीत नाही?''

''मुळीच नाही.'' पोरे ओरडली.

''अगदी नाही?'' भिकूने काकुळतीने पुच्छा केली.

''अगदी नाही.''

''बघा, नीट विचार करा. कुणी तरी असेल चहा पिणारं. आठवा पाहू.''

''कुणी नाही.'' पुन्हा आवाज घुमला.

भिकू मुंगळे शांतपणे उभा राहिला. मनातल्या मनात त्याने डोके खाजवले. या प्रसंगाला कसे तोंड द्यायचे याचा विचार केला. मग तो म्हणाला, ''शाबास, मुलांनो, तुम्ही सगळे दूध पिता ना? छान– छान! चांगली गोष्ट आहे; पण काही माणसं दूध पीत नाहीत; ते चहा पितात. चहा! तर, हा चहा कुठं असतो, माहीत आहे? कुठं?''

एका बावळट दिसणाऱ्या पोराने बोट वर केले. डोळ्यांची चमत्कारिक उघडझाप केली.

“हां, तू सांग पाहू.”

“चहा-ऽ”

“हं-”

“चहा- चहाच्या डब्यात असतो.”

“हो; पण- तो तरी कुठून येतो?”

“काय पण? चहा का डबा?”

“डबा कशाला; चहा म्हणतोय मी!” भिकूची सहनशक्ती आता तुटायची वेळ आली, “चहा कुठून येतो?”

“चहा दुकानदाराकडून आणतात.”

“पण दुकानदार कुठून आणतो...?”

“मोठ्या दुकानदारांकडून.”

“खाली बैस.”

“हो सर, खरं आहे अगदी.”

“तू खाली बैस.”

ते रत्न खाली बसलं. आता यापुढे लुकड्या आणि बावळट पोरावर बिलकुल विश्वास ठेवायचा नाही, असे भिकूने मनातल्या मनात ठरवून टाकले. काय पण कार्टी आहेत- एकेक सगळे गाळीव अर्क नुसते! एक जण सरळ उत्तर द्यायला तयार नाही. म्हणजे आता कमाल झाली!

वेळ भराभरा चालला होता. थांबून, कंटाळून चालणार नव्हते. मनातला संताप मोठ्या प्रयासाने गिळून भिकू मुंगळे पुढे घाईघाईने म्हणाला, “मुलांनो, हा चहा किनई मळ्यात तयार होतो. हे चहाचे मळे आसाम प्रांतात खूप आहेत. त्या आसाम प्रांताची माहिती आज आपण पाहू या.”

आणि मग मुलांना काय पटले, काय नाही याची वाट न पाहता त्याने घाईघाईने त्यांच्याकडे पाठ केली. फळ्याकडे तोंड केले आणि वरच्या बाजूने खडूने मोठ्या अक्षरात लिहिले-

‘चहाच्या मळ्यांचा प्रदेश - आसाम.’

मग पुन्हा घाईघाईने त्याने तोंड वर्गाकडे वळवले, तेवढ्यात त्याला वर्गात एकच गडबड उडालेली दिसली. मुलांचा गोंधळ एकाएकी सुरू झालेला पाहून तो गांगरला. काही मुले खिडकीतून बाहेर पाहत होती. काही जण नुसते उभे राहिले होते आणि सगळे जण एकमेकांशी बोलत होते. हा काय प्रकार आहे, ते भिकूला समजले नाही. गांगरून जाऊन तो म्हणाला, “तर, आसाम प्रांतात खूपच-”

“माकड सर, माकड.”

चार-दोन मुलांची ही आरोळी एकदम ऐकू आल्याबरोबर भिकू मुंगळे बोलता-

बोलता त्याच्या तोंडावर आश्चर्य पसरले.

"आसाम गावात माकडं! कुणी सांगितलं तुम्हाला?"

"कुणी नाही सांगितलं."

"मग आसाम प्रांतात माकडाचं काय निघालं मध्येच?"

तेवढ्यात दुसरे एक हडकुळे पोरगे उठून उभे राहिले. त्याला पाहिल्याबरोबर भिकूच्या पोटात गोळा आला.

"सर, आसाम प्रांतात माकडं नाहीत अजिबात?"

"तुला काय करायचंय?"

"काही नाही. तुम्ही म्हणालात, म्हणून विचारलं मी."

"खाली बैस." भिकू मुंगळे ओरडला.

"कोण ओरडलं माकड म्हणून? काय झालं?"

"सर, बाहेर शाळेच्या छपरावर माकडं आली आहेत. ती दिसली, म्हणून ओरडलो आम्ही." दुसऱ्या एकाने सांगितले.

"तिकडे लक्ष देऊ नका." असे म्हणून भिकूने खिडकीतून बाहेर नजर टाकली. शाळेच्या खालच्या मजल्याची कपाटे दिसत होती तिकडे पाहिले; पण माकडे कुठे दिसली नाहीत. हा काय प्रकार? माकडे निघून गेली, का या पोरांचा चावटपणा?

"बरं, तर काय सांगत होतो मी –"

"काय?"

भिकू मुंगळ्याच्या डोक्यात एकाएकी गोंधळ झाला. आपण काय सांगत होतो, हे त्याला आठवेना. आठवण्याचा प्रयत्न केला तर जास्तीच गोंधळ झाला. आपण कशाबद्दल तरी अन् काही तरी सांगण्यासाठी इथं आलो आहोत, एवढेच त्याला आठवू लागले. दोन मिनिटं वर्गात भीषण शांतता पसरली. मग त्याचे एकाएकी फळ्याकडे लक्ष गेले. फळ्यावरील मजकूर त्याच्या डोळ्यांनी टिपला अन् मग पुन्हा त्याला थोडेसे आठवू लागले. हळूहळू हद्दपार झालेली काही माहिती पुन्हा डोक्यात प्रवेश करू लागली.

"हा, तर आसाममधल्या मळ्याच्या चहासंबंधी आपण माहिती मिळवीत होतो. असे मळ्याचे चहा आसाममध्ये फार आहेत. चहामधील आसाम फार प्रसिद्ध आहे."

– असे म्हणून भिकू मुंगळ्याने अस्खलितपणे आपले भाषण सुरू केले. एखादी एक्स्प्रेस गाडी सुटावी त्याप्रमाणे त्याने आपल्या बोलण्यात वेग आणला. अधेमधे मुलांना प्रश्न विचारून फालतू गोष्टीत वेळ घालवला तर आपला पाठ आता वेळेवर पुरा होणार नाही, हे त्याने ओळखले. त्यामुळे त्याने कुठंही न थांबता, पण अस्खलितपणे मुलांना चहाची माहिती सांगितली. त्या भाषणावरून मुलांना कळले की चहामधला आसाम हे हिंदुस्थानचे फार मोठे उत्पन्न आहे. हे मळ्याचे चहा

पायथ्याच्या डोंगरावर असतात. त्या डोंगरांना पावसाची खूप जरुरी असते. डोंगरात आणि पावसात आसाम पुष्कळच आहे. त्यामुळे चहा पुष्कळ पिकतो. या जमिनीला डोंगराळ चहा लागतो. मळ्यातले कामगार पानाचा चहा तोडतात. मग झाडे लावून पाने निवडतात. त्यानंतर तो खोक्यात भरून पॅकबंद करून मग त्याची प्रतवारी ठरवितात. आसाममध्ये उत्पन्नाचा चहा पुष्कळ. त्याशिवाय नीलगिरी पर्वतावरही पुष्कळ लोक चहा पितात; पण आसाममधले मळे जास्त चहा पितात. चहामध्ये दूध, साखर, पाणी घालून वर चहासुद्धा घालतात. चहाला लोक खूप आवडतात. असा हा चहा-मधला आसाम.''

तेवढ्यात घंटा झाली. तास संपला. जिवावरच्या संकटातून सुटल्याप्रमाणे भिकूने सुटकेचा निःश्वास सोडला. उलटा टांगलेला नकाशा कसाबसा गुंडाळून त्यान तडक वर्गाबाहेर धूम ठोकली. परीक्षकांचीसुद्धा वाट न पाहता त्याने झपाझप शाळा मागे टाकली.

दुसऱ्या दिवशी परीक्षकांची गाठ पडली, तेव्हा भिकू मुंगळे फार नर्व्हस् होता. तो आपणहून काहीच बोलला नाही. मग परीक्षकांनीच त्याला हाक मारली. त्याचे टाचणपत्र स्वाधीन केले. त्याच्या पाठीवर शाबासकी दिली. भिकूला काही कळले नाही. तो बावरून परीक्षकाकडे पाहत राहिला.

पुन्हा एकदा पाठ थोपटून परीक्षक गंभीरपणे म्हणाले, ''चांगला झाला कालचा तुमचा लेसन हं. जमेल हळूहळू.''

भिकू वेड्यासारखा त्यांच्याकडे पाहत राहिला. बराच वेळ त्याने आपले तोंड तसेच उघडे ठेवले.

''पण – मी – मला.''

''आलं लक्षात काय म्हणणार आहात ते!'' ते अनुभवी परीक्षक मंद स्मित करून बोलले, ''खरंच चांगला झाला तुमचा पाठ. इतकंदेखील नव्या माणसाला पहिल्या खेपेस जमत नाही. गेल्या वर्षी दहा लोक वर्गात बेशुद्ध पडले. पाच-सात जण दोन-तीन पाठ झाल्याबरोबर जे घरी गेले, ते परत आलेच नाही. एकाचे डोके फिरले. तो परवाच इस्पितळातून सुटून परत आला, असं ऐकलं. त्या दृष्टीनं तुमचा पाठ सरस वाटला. हे बघा ना– लेसन-नोटमध्ये मी काय लिहिलंय ते.''

भिकूने आपले पाठाचे टाचण उघडून पाहिले. त्यातील अभिप्राय वाचला.

पाठाचे हेतुकथन झाले. प्रारंभ पद्धतशीर. मुलांनी उत्तरे दिली. शिक्षक निर्भयपणे बोलत होते. वर्गावर कंट्रोल उत्तम. माहितीत थोड्या चुका होत्या; पण त्या सरावाने जातील. 'चहामधील आसाम', 'मळ्याचे चहा', 'पायथ्याचे डोंगर' असले काही शब्दप्रयोग मात्र शक्यतो टाळावेत; त्याऐवजी 'आसाममधील चहा', 'चहाचे मळे', 'डोंगराचा पायथा' हे शब्दप्रयोग वापरल्यास अधिक परिणामकारक होईल. एकूण पाठ चांगला...''

/

## ६.
## मदत

परवा ज्येष्ठ महिन्यात पुण्यामध्ये जलप्रलय झाला आणि लोकांचे प्रचंड नुकसान झाले. हजारो घरे बुडाली. चिखल, राड, घाण यांनी सर्व पुणे शहर भरून गेले आहे, इत्यादी बातम्या बाहेर पसरल्या तशी सबंध महाराष्ट्रात खळबळ उडाली. आपल्या भोकरवाडीत तर अर्थातच फारच गोंधळ उडाला. त्याचे कारण अगदी उघड होते. एक तर, भोकरवाडी हे गाव तसे लहान असले तरी पुण्यापासून अवघे सव्वाशे-दीडशे मैल अंतरावर होते. तेव्हा पुण्यातल्या हाहाकाराचा परिणाम भोकरवाडीत होणे अगदी स्वाभाविक होते. पुणे आणि भोकरवाडी ही दोन महत्त्वाची गावे, शिवाय पाण्यानेच जोडली गेली होती. पुण्याची मुळा-मुठा पुढे भीमेला मिळते. या भीमेला नंतर नीरा नदी सामील होते. या नीरा नदीच्या काठाने पाच-पंचवीस कोस गेल्यावर खळखळीचा ओढा बेरडवाडीजवळ नदीला मिळतो. या ओढ्याला जे इतर ओढे मिळाले आहेत, त्यांतच ढमाईचा ओढा आहे. या ढमाईच्या ओढ्यातच भोकरवाडीचा ओढा एकदम घुसलेला आहे. त्यामुळे पुणे आणि भोकरवाडी ही पाण्याने जोडली गेलेली गावे आहेत, याबद्दल निदान भोकरवाडीत तरी कोणाचे दुमत नव्हते. पण एका पावसाळ्यातले महिना-दोन महिने सोडले, तर एरवी या ओढ्यांना अजिबात पाणी नसते म्हणून; नाही तर एखाद्या नावेने हे दळणवळण सहज चालू ठेवता येईल, अशी वस्तुस्थिती होती. त्यामुळे या जलप्रलयाची वार्ता कळल्यावर भोकरवाडीच्या लोकांत फारच खळबळ उडाली.

हे पुण्याचे भयंकर पाणी भोकरवाडीत येऊन आपले गाव पाण्यात बुडून तर जाणार नाही ना, अशी भीती नेहमीप्रमाणेच या लोकांना वाटावी, हे स्वाभाविक होते या खळबळीचे आणखी एक कारण होते. भोकरवाडीतल्या अनेक मंडळींची नातीगोती पुण्यात होती. ही नातीही काही लांबची नव्हती, जवळचीच होती. रामा खराताचा सख्खा मावस मेव्हणा मुंढव्याला हमाल होता. बाबू पैलवानाच्या चुलतभावाचे पुण्यात वर्षा-सहा महिन्यांनी जाणे-येणे होते. गणामास्तरच्या साडूचे घर पुण्यातच कोठे तरी होते आणि नारायण चेंगटाचे जरी नात्यातले कुणी नव्हते, तरी पुणे नावाचे एक मोठे गाव आहे आणि तिथे बरीच माणसे राहतात, ही गोष्ट त्याने ऐकलेली होती. शिवा जमदाड्याने तर वयाच्या पाचव्या-सहाव्या वर्षी पुणे शहर प्रत्यक्ष पाहिलेले होते. त्यामुळे तर पुण्याबद्दल त्याला इतरांपेक्षा बरीच माहिती होती. इतक्या गोष्टी असल्यावर पुण्यातील हाहाकाराचा परिणाम भोकरवाडीवर होऊ नये, तर काय व्हावे...?

गणामास्तराच्या घरी बैठक भरली होती. संध्याकाळचे गार वारे सुटले होते. झाडे डोलत होती. कावळ्यांची कर्कश काव-काव एकसारखी ऐकू येत होती. दिवस मावळला होता. बाहेर आभाळात ढग येत होते. पाऊस पडण्याचा संभव दिसत होता; पण या गोष्टीकडे कुणाचेच लक्ष नव्हते. जो-तो विचार करीत गप्प बसून होता. गणामास्तराच्या बैठकीच्या खोलीत कधी नव्हे ती भीषण शांतता पसरली होती. बाबू पैलवान डोळे बारीक करून आणि कपाळाला आठ्या घालून बसला होता. रामा खराताने तोंडात तंबाखूची गुळणी धरली होती. चेंगट आऽ करून सगळ्यांकडे पाहत होता. शिवा जमदाडे नमस्कार केल्यासारखे हात जुळवून चिंतातुर चेहरा करून गप्प राहिला होता आणि गणामास्तराने हातात आलेल्या वर्तमानपत्रात डोके खुपसले होते. वातावरण एकूण गंभीर होते.

शेवटी चेंगटाच्या तोंडाला आऽ करून करून रग लागली. गणामास्तरकडे तोंड करून तो काळजीच्या सुरात म्हणाला, "मग? कसं काय ठरलं!"

रामा खरात बाहेर जाऊन गुळणीतला काही भाग टाकून आत येऊन बसला व म्हणाला, "चेंगट, तू गप पड बरं. उगीच ल्हान लेकरानं मधीमधी कालवा करू ने. टाईम काय आन् गाढवा, तू बोलतूस काय?"

चेंगट नाराज झाला. तक्रारीच्या सुरात बोलला, "आता मी काय केलं? निस्तं इचारलं."

"काय इचारलं?"

"आता हेच की आपलं– पुण्याचं कसं काय ठरलं?"

"काय ठरायचंय? पुनं म्हंजे काय बाई-बिई हाय का तिचं लगीन-बिगीन ठरायचं हाय? गाडव माणूस!"

शिवा वाघमोडे नमस्काराची घडी मोडून म्हणाला.

"पुरं की लेकानू तुमचं भांडान. टाईम काय आन् तुमचा ह्यो दंगा व्हय? असल्या चाबरटपनानं धरण फुटलं आसंल पुण्याचं."

"ते कसं काय?"

"धरनावरचं कामगार बसले आसतील आसंच रिकामं तोंड वाजवीत. पानी येऊन त्यांच्या बुडाखालनं पशार झालं तरी त्यांना सुद्ध नसंल. मग काय हो! 'ठो' करून धरन फुटलं आसंल."

गणामास्तरने आता वर्तमानपत्रातून डोके वर काढले. त्याचाही चेहरा चिडल्यासारखा झाला होता. तो शिवाच्या अंगावर ओरडल्यासारखा बोलला, "आता तू डोस्कं चालवायला शिकलास का? झालं मग. आटपला बाजार. लेकानू, टाईम काय आन् तुमी बोलताय काय?"

बाबूनं शेवटी शांततेचा भंग केला. मौन सोडले.

"गणामास्तर, तू माहिती सांग बरं. ह्यांच्या नादाला लागू नगंस. ह्या भडव्यांना टाईम काय, ते कधीच कळायचं न्हाई. का रं, किती टाईम झाला?"

"सात-आठ वाजले असतील. आंधार पडलाच." चेंगटाने बाहेर आभाळाकडे पाहिले.

"मग? ह्या तिन्हीसांजेच्या वक्ताला आसं बोलत्यात व्हय? उगी ऐकून घ्या की आपलं. हं– गणा, आजची काय ताजी बातमी आसंल ती वाच. न्हाई तर आन हिकडं, मी वाचतो."

बाबू पैलवानाच्या वाचनाचा सगळ्यांनी धसका घेतलेला होता. मागे त्याने अशीच कुठली तरी शिळी बातमी वाचून, सगळे जग बुडणार आहे, असे सांगून सगळ्यांना घाबरवून टाकले होतेच, ते गणामास्तरालाही ते माहीत होतेच. त्यामुळे त्याने बाबूचे बोलणे मुळीच मनावर घेतले नाही. त्याने मुकाट्याने वर्तमानपत्र दोन्ही हातांच्या मधे पसरून धरले आणि डोके खाली घातले. बातमी वाचण्यात तो अगदी गढून गेला.

जमदाड्याच्या कानाशी तोंड करून चेंगट कुजबुजला, "पुन्यात आज काय तरी भयांकार झाल्यालं दिसतंय."

"कशावरनं?"

"गणामास्तरला वाचायबी यीना लवकर न्हवं का! आवघड आवघड भाषा आसंल आज."

"मग काय झालं? तीन वर्सं आज पयलीला शिकवतोय की, ते काय मर्दा वाया जाईल व्हय?"

त्या दोघांचे हे आपसातले बोलणे आणखीही पुढे चालू राहिले असते; पण

तेवढ्यात गणामास्तर म्हणाला, "पुण्यात पाण्याची बोंबाबोंब. इलेक्ट्रिक खलास."

ही बातमी काल-परवा आली होती. गणामास्तरानेच ती सांगितली होती. मग आजही ती कशाला सांगितली? कुणी तरी शंका काढली, तेव्हा गणाने खुलासा केला की आजच्या पेपरमध्येही तीच बातमी पुन्हा आलेली आहे. तेव्हा ती गोष्ट आता नक्की झाली, असे समजायला हरकत नाही.

"आनखी फुडं?"

"पुढं काय? लोकांना खायला आन्न न्हाई, पेयाला पाणी न्हाई. अंगावर घालायला कापडं न्हाईत. दिसायला उजेड न्हाई... घराघरांतून चिखूल झालाय. ऱ्हायला जागा न्हाई... लई हाल चालल्यात."

"अरारारा..."

चेंगटाने पटल्याप्रमाणे मान हलवली.

"दोपारच्यालाच आज तालुक्याचा कारकून भेटला हुता. त्यो सा म्हयन्याआदीच पुन्याला गेलता. त्यो सांगत हुता की, साडेपंधरा हज्जार मानसं मेली म्हनून."

"अगं बाबौ!" शिवाने डोळे विस्फारले. "लईच कार झाला मग. आणखी काय सांगत हुता?"

"हेच. समद्या पेठा खलास. समदी घरं धडाधडधडाधड... मानसाच्या अंगावर कापड-सुदीक न्हाई. एक रुपायाला एक ठेंब पानी मिळतं म्हनत्यात."

"मग जा एक घागर घेऊन चेंगट तू पुन्याला आन् घागरभर रुप्पयं आण– पळ." रामा खरात निषेधाच्या सुरात बोलला. "लेकानू, गणा सांगतोय ते ऐका की. मधीच तुजं गुऱ्हाळ कशाला? हूं. गणा, सांग म्होरं."

गणामास्तरने मग मधे कुणाला बोलायची सवड न देता आपल्याला ठाऊक असलेली सगळी बातमी सांगून टाकली. पुण्यात सध्या लोकांचे अतोनात हाल चालले आहेत, ही गोष्ट अक्षरश: खरी आहे. त्यांना राहायला तर जागा नाहीच, पण खायला-प्यायलाही काही नाही. अंगावरच्या कपड्याशिवाय त्यांना घालायला कापडं नाही. फार भीषण परिस्थिती आहे. त्यामुळे सरकारने सर्व लोकांना मदतीची हाक दिली आहे. जुने कपडे, अन्न, पैसे– जे-जे शक्य असेल ते-ते सगळ्यांनी पुण्याला ताबडतोब पाठवून द्यावे, अशी विनंती केली आहे. त्याप्रमाणे गावोगावी आता मदत गोळा करण्याची मोहीम सुरू झाली असून जुने कपडे, भाकऱ्या, पैसे असल्या गोष्टींची पुण्याकडे रीघ लागलेली आहे. निर्वासित झालेल्या लोकांना हे अन्न आणि कपडे वाटण्यात येत आहेत. पाणी पुरवण्याची व्यवस्थाही चालू आहे.

गणामास्तरने अर्धा तास लावून ही सर्व ताजी बातमी लोकांना तपशीलवार सांगितली. मग सगळीकडे पुन्हा पहिल्यासारखी शांतता पसरली. कुणीही बोलेना. जो-तो मनाशी विचार करीत आणि एकमेकांकडे बघत वेळ घालवू लागला.

बाबू पैलवानाने बराच वेळ स्वत:शी विचार केला. मग काही तरी निश्चय केल्यासारखी त्याची मुद्रा झाली. ओठ दाताखाली दाबून धरून तो एकाएकी ओरडला, "बास, बास! ठरलं."

सगळे जण त्याच्याकडे टकामका पाहू लागले. बाबूने एखादी गोष्ट ठरली म्हणून सांगितल्यावर ती निश्चितपणे घडून येणार, हे ठरलेले असे. त्यात कधी काडीचाही बदल होणार नाही याची खात्री असल्यामुळे चेंगट पुढं सरकून म्हणाला, "कसं कसं ठरलं म्हंता, बाबूराव?"

बाबू दृढनिश्चयाच्या सुरात बोलला, "ठरलं– आगदी शंभर टक्के ठरलं."

"व्हय, पन काय?"

"मदत गोळा करायची."

"कसली मदत?"

"जुनी कापडं, पैसं, भाकऱ्या... समदं जमवायचं."

"आन् काय करायचं?"

बाबू चिडला.

"तुज्या डोंबलावर घालायचं. लेका, येवढं कसं ध्येनात यीना तुज्या? मदत गोळा करून पुन्याला पाठवून द्यायची. 'समस्त भोकरवाडीकर मंडळीतर्फे...' असं जाहीर करायचं पेपरमधी, म्हंजे झालं. तेवढाच आपलाबी हातभार लागंल. कसं?"

बाबूची ही कल्पना ऐकून सगळे जण एकमेकांकडे पाहू लागले. दुसरा कोण काय बोलतो याची वाट पाहू लागले; पण कुणीच काही बोलेना. शेवटी रामा खरात टकुरे खाजवीत-खाजवीत म्हणाला, "पण बाबूरात –"

"काय?"

"भोकरवाडीत आपल्या हायेच काय गोळा कराय? दातावर मारायला मर्दा पैसा न्हाई कुनाजवळ, कापडं हायेत ती समदी जुनीच. हां, चार तुकडं भाकरीचं म्हणलं, तर दील कोण कोण."

शिवालाही हे म्हणणे पटले. त्यानेही भराभरा मान हलवली.

"व्हय, व्हय. भाकरी म्हणशील तर हाय. एक सोडून दीड देतो. पर पैसा गड्या मागू नगंस."

सगळ्यांनी हाच सूर धरला, तेव्हा गणामास्तर बाबूच्या मदतीला धावला. मोठ्यांदा म्हणाला, "बाबूची आयडिया बरोबर हाये. नेहमीची रड हायेच की आपली; पण ह्या वक्ताला तर असा नाट लावू नका. करु या गोळा वर्गणी."

"म्हंजी काय हुईल?"

"पेपरमंदी बातमी यील ना– 'भोकरवाडीची मदत आलेने पुणेत आनंद.' आसलं छापून यील. मग आपली नावंबी येत्याल. 'आशी मदत भोकरवाडीत यापूर्वी

कधी गोळा झाली नव्हती, असे वृद्ध लोक बोलत आहेत,' आसं शेवटी पेपरात येतं. समदं हितं वाचायला किती गमतीशीर वाटेल!''

गणामास्तराचे हे बोलणे मात्र लोकांना पटले. मदत गोळा करण्याचा प्रश्न नव्हता. ते काम करायला कुणाचीच ना नव्हती; पण गोळा होईल की नाही, याची शंका होती. पण ही बातमी वर्तमानपत्रात छापून येईल; इतकेच नव्हे तर आपली नावेसुद्धा छापून येण्याचा संभव आहे; हे कळल्यावर सगळ्यांनाच फेरविचार करावासा वाटू लागला. शेवटी एकमताने ठरले की, पुण्यासाठी मदत गोळा करायचीच. त्यात आता बिलकुल हयगय करायची नाही.

इतके ठरल्यानंतर महत्त्वाचा प्रश्न आला. ही मदत कुणी आणि कशी करायची?

नारायण चेंगट म्हणाला, ''पैसे मी गोळा करतो. बाबू, तू कापडं उचल. आन् रामा, तू भाकऱ्या.''

रामा पुन्हा त्याच्या अंगावर ओरडून म्हणाला, ''शेणाच हैस. पैसं गोळा कराया तू काय पुढारी हायेस? मग? गणामास्तर आपला पुढारी. त्यो करील गोळा. तू जुनी कापडं आण. शिवा भाकऱ्या आणील आन् मी निक्की वरवरची येवस्ता बगायला रिकामा ऱ्हावू दे.''

''हां, म्हंजे आम्ही गावात कामं करीत हिंडावं आन् तू टग्यासारखा हिंडायला मोकळा!''

''मोठा कामं करनार लेका, म्हाईत हाये! नुस्तं तोंडाकडं तुज्या बगितलं की, सा म्हैनं दुखणं यील आन् तुला कोण पैसा द्याल लागलंय रे? लोक गाढव हैत व्हय?''

चेंगटाचा अन् रामा खराताचा वादविवाद जोरात झाला आणि शेवटी दन्नादन्नीवर पाळी आली. रामाने एक गुच्ची चेंगटाच्या पोटात ठेवून दिली तसा चेंगट कळवळून ओरडला आणि त्याने रामाच्या मांडीवर बुक्की ठेवून दिली. त्यामुळे रामाही खच्चून ओरडला. दोघांनीही एकदम गोंधळ उडवून दिल्यामुळे सगळीकडेच गडबड माजली. दोघांनाही गप्प बसवण्यासाठी बाबू पैलवानाने आपल्या दोन्ही हातांची जुडी करून मधे हाणली; पण ती शिवा जमदाड्याच्या नडगीवर बसल्यामुळे त्याने एकाएकी चीत्कार केला आणि जोरात पाय पुढं झाडला. तो गणामास्तराच्या नाकाडावर बसून त्याचे नाक दुखावले. सगळीकडे एकच कालवा झाला. कुणाचे कुणालाच समजेनासे झाले. शेवटी गणामास्तराने नाक मुठीत धरून तडजोड सुचवली की, मदत गोळा करणे, हा प्रत्येकाचाच अधिकार आहे. तेव्हा प्रत्येकाने पैसे, कपडे, भाकरी सगळेच गोळा करावे आणि इथे आणून द्यावे. जे गोळा होईल, त्याचा हिशेब करून सगळा माल पाठवून देऊ. एवढी चांगली गोष्ट घडत असताना अशी भांडणे करीत बसणे बरोबर नाही.

ही तडजोड मान्य झाली.

उद्या सकाळी उठल्याबरोबर तोंड धुऊन चहा प्यायचा आणि ह्या कामाला निघायचे. दिवसभर हिंडायचे. गल्ली, बोळ, वाडी, वस्ती– काही सोडायचे नाही. मिळतील तेवढे पैसे, कपडे व धान्य मिळवायचे आणि गणामास्तराच्या घरी आणून टाकायचे. गावचे लोक फार चिकट आहेत. एका दिवसात हे काम होणार नाही, म्हणून ओळीने दोन दिवस हा उद्योग करायचा आणि मग शेवटी हिशेब करायचा. इतक्या सगळ्या गोष्टी व्यवस्थित ठरल्या आणि बैठक संपली. कुणी गणामास्तराच्या बैठकीत तसेच लवंडले. कुणी तुकडा खायला घरी आले. सगळा कार्यक्रम मात्र अगदी पक्का ठरला.

दुसऱ्या दिवशी सकाळी उठून चेंगट्याने आनशीचे घर गाठले. सुताराच्या आनशीची बरेच दिवसांत गाठ नव्हती. तिच्या अंगात मधेच यल्लम्मादेवी येऊन गेल्यामुळे तिला घरचे लोक फारसे बाहेर सोडीत नव्हते. त्यामुळे आनशीशी चार गोष्टी बोलायला हा मोका चांगला आहे, हे चेंगटाच्या रात्रीच लक्षात आले होते. म्हणून उठल्याबरोबर तो आनशीच्या घरात शिरला. केरबा सुताराला उगीच हाक मारून इकडे-तिकडे न्याहाळत अंगणात उभा राहिला.

अंगणातल्या पायरीवर बसून आनशी राखुंडीने दात घाशीत होती. चेंगटाला बघून तिने कपाळाला आठ्या घातल्या.

"का रे मुडद्या, सक्काळच्या पारीच आलास?"

एकाएकी आनशीने केलेली ही सरबत्ती ऐकून चेंगट बिचकला; पण अंगातले अवसान गोळा करून लाडिक सुरात म्हणाला, "म्हंजे? तुला कळलं न्हाई का?"

"काय दोडा?"

"पुण्याला महापूर आला. लोक वनवासी झाले. खायाला-पेयाला काय न्हाई म्हनं."

काळीभोर थुंकी बाजूला टाकून आनशी म्हणाली, "बरं मग, मी काय करू?"

"करायचं काय? पैसा-आडका, कापडं, भाकरी काय आसंल तर दे. तिकडं पाठवायचं ठरवलंय."

"मग मला काय मागतोस? इचार मालकास्नी."

सकाळच्याच प्रहरी चेंगट आपल्या घरी कशाला आला आहे, हे न कळल्यामुळे रात्रभर झिंगलेला केरबा सुतार आतल्या खोलीतनं सगळं ऐकतच होता, आनशीचे बोलणे ऐकल्यावर तो धोतराच्या निऱ्या खोचीत उठत उठतच बाहेर आला. एकदम गरजला, "कसली रं एऽ चेंगट्या मदत? लेका, हितं आमाला खायला न्हाई अन् मदत कुठली मागतूस? देऊ का ठिवून एक टिंबा?"

आनशी पायरीवरच उभी होती. ती ओरडून म्हणाली, "द्या– द्या भाड्याला टिंबा ठिवून. लई आगाऊ हाये. जाता-येता कवळ्या नजरेनं बघत आसतो बायकांकडं. फाजील दोडा!"

"व्हय का? अगं, मग आधीच सांगायचं न्हाईस?"

असे म्हणून लाल डोळ्यांच्या सुताराने अंगणातले एक टिकराणे उचलले आणि काय होते काय नाही, हे चेंगटाला कळायच्या आतच त्याने चेंगटाच्या पाठीत दणका घातला. त्याबरोबर चेंगट मोठ्यांदा ओरडला. 'आं? स्वांग करतुस लेका?' असं म्हणून सुताराने त्याच्या घोट्यावर असे दोन टिंबे ठेवून दिले की, चेंगट तीन ताड् उडाला. इकडे-तिकडे भेलकांडला आणि पायरीपाशी उभ्या असलेल्या आनशीच्या अंगावर जाऊन कोसळला. आनशी जोरात ओरडली. शिव्या घालत तिने चेंगटाला लांब ढकलून दिला. मग सुतार आणखीनच पेटला. त्याने चेंगटाची चांगली कणीक तिंबली. शेवटी दहा-पाच लोक जमले. गर्दी झाली. आणि त्यांनी चेंगटाला कसाबसा सोडवला आणि घरी पोचता केला. संध्याकाळपर्यंत चेंगट घरीच पडून राहिला. त्याच्या हातून एवढीच मदत गोळा झाली.

गणामास्तर दहा-वीस वस्त्या फिरला. त्याने दोन-पाच रुपये गोळा केले. चार जुने कपडे मिळविले. दोन-पाच पायल्या धान्यही त्याने मिळवून आणले. रामा खरातसुद्धा सकाळी लवकर उठून या कामाला लागणार होता; पण सकाळी उठायला त्याला बराच उशीर झाला. तिथून सगळे आटोपून चहा होईपर्यंत जेवणवेळ झाली. दुपारच्या वेळी लोक कुणीच भेटणे शक्य नाही आणि त्यामुळे आता हिंडण्यात काही अर्थ नाही, असा त्याने विचार केला आणि तो काही चुकीचा होता, असे कुणालाही म्हणता आले नसते. हां, संध्याकाळी मात्र त्याचे थोडेसे चुकले. आपल्याला असले काही काम करायचे आहे, ही गोष्टच तो संध्याकाळी विसरून गेला. त्यामुळे त्याचा अगदी निरुपाय झाला; त्यामुळे बिचाऱ्याला त्या दिवशी काहीच करणे शक्य झाले नाही.

शिवा जमदाड्याने मात्र तसे बिलकुल केले नाही. तो अगदी बरोबर हिंडला. प्रत्येकाकडे पितळीभर चहा प्यायला. कुठे त्याने विडी ओढली, कुठे पानतंबाखू खाल्ली. इकडच्या-तिकडच्या गप्पा केल्या. शेवटी तो प्रत्येकाला म्हणाला, "तुमाला कळलंच आसंल–"

"काय?"

"पुन्याला महापूर आला. लई घरं पडली."

"न्हाई बा. आमाला न्हाई कळलं."

जर कळलेच नाही, तर मग मदत कशी मागावी? शिवाच्या मनात बिनतोड शंका आली आणि तो काही बोललाच नाही. मुकाट्याने माघारी आला. हां, जिथं

लोक म्हणाले, "व्हय, व्हय– लोक म्हंत्यात खरं आसं काय तरी झालं म्हणून."

– तिथं मात्र शिवा खुलला. पुराविषयी त्याने इकडून-तिकडून ऐकलेली बरीच माहिती त्यांना ऐकवली. त्याच्या बोलण्यावरून लोकांना कळले की, पुण्याच्या महापुरात किती तरी साडे हजार माणसे गोळी लागून ठार झाली. घरे सबंधच्या सबंध आज्जात पाण्यात वाहून गेली आणि दुसरीकडे लांब खाली लागली. पाण्याची टंचाई तर इतकी झाली की, तसल्या पुरात लोकांनी घोटभर पाणी मिळावे म्हणून धडाधड उड्या टाकल्या. रात्रीच काय पण दिवसाही तिथे अंधार गुडूप माजलेला आहे. डोळ्यात बोट घातले तरी कुणाचे कुणाला दिसत नाही. बहुतेक श्रीमंत लोक भिकारी झाले असून ते रस्त्याने दीनवाणेपणाने हिंडत आहेत. सगळीकडे हाहाकार उडाला आहे.

शिवाने सांगितलेली ही हकिगत बऱ्याच लोकांना नवी होती. शिवाय ती मनोरंजकही होती. त्यामुळे लोकांनी त्याला आग्रह करकरून बसवून घेतले आणि पुन्हा ही कथा ऐकून घेतली; पण शेवटी काही तरी मदत मागण्याची गोष्ट शिवाने काढली, तेव्हा लोक म्हणाले, "आता तूच सांग– आभाळच फाटलं आसंल, तर ठिगळ कुठवर लावंल माणूस? आं?"

"कुठवर लावणार? छ्या:!" शिवाने ती गोष्ट ताबडतोब कबूल केली.

"मग झालं तर."

"म्हंजे?"

"आता तू काय गोळा करनार, आन आमी काय देणार?"

"खरं आहे."

"एवढं मोठं गाव जळबंब झालं. आपल्या धा-पाच रुपयानं काय कात हुयाचाच? नव्हं नव्हं– तूच सांग?"

"खरं की हो. काय कात हुयाचाय?"

"मग झालं तर! तू बी गप ऱ्हा आन् आमीबी गप ऱ्हातो. कसं?"

शिवाला ती गोष्ट मनोमन पटली. तो सरळ घरी परत आला. संध्याकाळपर्यंत बऱ्याच जणांना ही महत्त्वाची बातमी पोचवून आणि त्यांचा बहुमोल उपदेश ग्रहण करून शिवा घरी पोचला, त्या वेळी संध्याकाळ होऊन गेली होती. अंधार पडला होता. गणामास्तराच्या घरची बैठकीची वेळ झाली होती. शिवाने घाईघाईने भाकर खाल्ली. वाटेतल्या मारुतीला तीनतीनदा नमस्कार केला आणि तो गणामास्तरच्या घरी आला.

बैठक भरली होती.

गणामास्तर रागीट चेहरा करून घुम्यासारखा बसला होता. रामा खराताचं तोंड धरून आणलेल्या कुत्र्याच्या पिलासारखे दिसत होते. चेंगट स्वत:ची पाठ स्वत:च

चेपत कोपऱ्यात कसनुशा चेहऱ्याने पसरला होता. बाबू पैलवानाचा मात्र कुठेच ठावठिकाणा दिसत नव्हता.

शिवाने आत येऊन बूड टेकले तसा गणामास्तर रागेजलेल्या मुद्रेने म्हणाला, "शिवा, तुलाबी काय मिळालं नसंलच?"

"काय मिळायचंय?" शिवा ठामपणे बोलला, "आन् कशापाई मिळवावं म्हंतो मी? अवो, ठिगाळच फाटलं तिथं आभाळ कुठून लावणार आपुन?"

सगळे जण शिवाकडे बघू लागले. शिवा मनात उमजला की, आपण फारच मार्मिक बोललो आहोत. सगळ्यांनाच आपले बोलणे पुरेपूर पटले असावे. मग किंचित खासगी सूर काढून तो म्हणाला, "बाबू कुठाय्?"

"अजून आला न्हाई. ईल इतक्यात."

"मग एक गोष्ट सांगतो."

"काय?"

"तुमीबी गप् ऱ्हावा आन् मीबी गप् ऱ्हातो."

"शाणा हैस –"

गणामास्तर असा रागारागाने त्याला म्हणाला खरं, पण चेंगट आणि रामा खरात यांच्या तोंडावर तोच भाव आहे, असे त्याला दिसले. गणा पुढे काही बोलणार होता, तेवढ्यात बाबू पैलवान आत आला.

बाबूचे कपडे ठिकठिकाणी फाटले होते. अंगरखा कुणी तरी जोरात ओढल्याप्रमाणे चार-दोन ठिकाणी टरकला होता. धोतराला मोठा चिरफाळा गेला होता. कपाळाला टेंगूळ आले होते आणि नाकाच्या खाली वाळलेल्या रक्ताच्या खुणा दिसत होत्या. धोतरावरही चार-दोन ठिकाणी रक्ताचे वाळलेले डाग होते.

बाबूचा तो अवतार बघून गणामास्तर चकित झाला. एकदम ओरडला, "बाबू, हे रं काय?"

"मारामारी."

असे म्हणून बाबू खाली बसला. धोतराच्या सोग्याने ओठ पुसून भिंतीला टेकला.

इतका वेळ बाजूला पसरलेला चेंगट एकदम उठून बसला.

"आनशीच्या नवऱ्यानं मारलं ना? वाटलंच मला. मलाबी सकाळी लई ठोकलं त्येनं. निव्वळ झंगड हाये त्यो केरबा."

"आरं हाड्!" बाबू माशी मारल्याप्रमाणे हातवारे करून बोलला, "त्यो वाळला काय मला मारतोय? करीन उशीच तेची, हां."

"मग मारामारी कुठं?" गणाने विचारले.

"आरं एक का दोन म्हणून सांगाव्या? धा-पाच ठिकाणी लट्ठालट्ठी झाली."

सगळ्यांनी डोळे विस्फारले.

"पर कशापाई?"

"मदत मागितली. न्हाई दिली. माजं डोस्कंच गेलं. उचलला की आपटला –"

बाबूने सबंध दिवसाची हकिगत विस्ताराने सांगितली. सकाळी बाबूने उठून नेहमीप्रमाणे मेहनत केली. मग दूध पिऊन तो मदत मागायला निघाला. वाटेत रस्त्यावर भेटलेल्या पहिल्याच माणसाने त्याला नकार दिला. तेव्हा बाबूने त्याला उचलून खाली आपटला. दोन-तीनदा आपटल्यावर त्याने मुकाट्याने खिशातले आठ आणे काढून दिले. मग काय– घराघरात घुसून त्याने पैसे मागितले. कुणी दिले, कुणी नाही. नाही म्हटल्याबरोबर बाबूने धडाधड एकेकाला टांग घालून पाडले. चांगले कुचलले. त्यांच्याकडून थोडेफार पैसे मिळाले, ही गोष्ट खरी; पण गावात जिकडे-तिकडे बोंबाबोंब झाली. बाबूच्या अंगात आले असून तो पिसाळल्यासारखा हिंडतो आहे, भेटेल त्याला उचलून आपटतो आहे, असे वृत्त सबंध गावभर पसरले. त्याबरोबर गावात हाहाकार उडाला. सगळी माणसं धूम पळाली. कुणी उघडेबोडके पळाले, तर कुणी धोतर नेसता-नेसता पळाले. कुणी माळवदावर दडी मारली, तर कुणी घरातल्या कणगीत उडी हाणली. बाबूला त्यामुळे भलताच राग आला. तो आणखीन जोराने गावभर फिरला. जी माणसं त्याला भेटली, त्यांच्याकडून त्याने मदत घेतलीच. कुणाला सोडले नाही. एकाचे धोतर जुने झाले होते, ते बाबूने मागितले. पैसे नाही, तर निदान धोतर द्यायला काही हरकत होती का? पण नाही. तो म्हातारा काही देईना. तसाच पळू लागला, तेव्हा बाबूने त्याचे धोतर ओढले. अर्धे धोतरच हाती आले आणि अर्धे तसेच ठेवून म्हातारा धूम पळाला... अशी मदत बाबूने पुष्कळ गोळा केली; पण शेवटी एक मारमारी जोरदार झाली. पाच-सहा माणसांना एकदम मदत मागण्याचा विक्रम त्याने केला. त्यांनी 'नाही' म्हटल्यावर अर्थातच दन्नादन्नी झाली. त्यात गोळा केलेले कपडेच कुणी तरी पळवले. खिशातले पैसे तर केव्हा गडप झाले, त्याचा पत्ताच लागला नाही. बाबूचा चांगला अंगरखा अन् धोतर मात्र झकास फाटले, नाक फुटले, कपाळाला टेंगूळ आले. दिवसभर मदत मागून बाबूने एवढीच कमाई केली.

शेवटी मिशांवर ताव देऊन बाबू म्हणाला, "न्हाई मदत तर न्हाई, पर पाच-पंचवीस जणांना मात्र आसं उचलू-उचलू आपटलंय! आहाहाहा! आईचं दूधच आठवलं पायजे. पुन्ना सा महिनं त्वांड काडायचे न्हाईत भाईर. दोघा-चौघांना तर खोकाळी फुटली."

बाबूचा हा पराक्रम सगळे थक्क होऊन ऐकत होते. ऐकता-ऐकता त्याच्या चेहऱ्यावरचे रंग आलटत-पालटत होते.

शेवटी रामा खरात म्हणाला, “ते झालं समदं बाबू, पर उद्याचं कसं?”

“काय हुयाचंय उद्या?” बाबू डौलाने म्हणाला, “उद्या आमी मदत कशी गोळा करावी?”

“का?”

“चॅप्टर करीन म्हणत हुता, पाटील.”

“केली तर केली, तशीच मदत मागू! कसं?”

हे ऐकल्यावर गणामास्तर लट्‌कन हललाच. हात जोडून केविलवाणेपणाने म्हणाला, “लई झाली मदत समद्यांची. पुरे आता. बास. आता बंद काम. हाये हेच पाठवू.”

हे ऐकल्यावर सगळ्यांच्या तोंडावर टवटवी आली. पुन्हा सगळे जण सावरून बसले.

पण बाबूच्या तोंडावर निराशा पसरली. बराच वेळ तो काही बोललाच नाही. शेवटी सुस्कारा सोडून तो म्हणाला, “तुमीच आसं हातपाय बांधल्यावर मी गरीब काय करनार? मग आता एवढं तरी करा– माझा ह्यो फाटका अंगरखा आन् धोतार जुन्या मालात घालून पाठवा. तेवढीच माजी मदत...”

/

७.

# चुकामूक

दुपारच्या वेळेला खरे म्हणजे शांत असते. कसलाही आवाज निघत नाही. माणसे झोपलेली असतात. पोरेटोरे मुकाट खेळत असतात. जवळपासच्या रस्त्यावरून कसलीही खडखड चाललेली नसते. पक् पक् करणारी पिठाची गिरणीही घटकाभर बंद असते. वारा पडलेला असतो. उगीच एखाद्या वेळेस झाडांची सळसळ ऐकू येईल, तेवढीच. पाखरेदेखील गप्प होऊन कुठे तरी बसून राहिलेली असतात. ऊन अगदी रखख पडलेले असते आणि कुठेही कसलीही हालचाल नसते. सगळे चालते-बोलते जणू थोडा वेळ शांत झालेले असते.

आजही असेच गप्पगार होते. बायका, पोरे, दमली भागलेली माणसे निवांत पडली होती. कुणी बोलत नव्हते. रस्ते ऊन खात निपचित पडले होते.

शिवा जमदाडेही असाच झोपला होता. त्याला झोप लागली नव्हती; पण लागण्याच्या बेतात होती. अंग तेवढे सुस्त झाले होते; पण डोळे जड होऊन मिटायच्या बेतात होते.

एवढ्यात त्याला कुणाचे तरी रडणे ऐकू आले.

झोपेमुळे बराच वेळ त्याचे लक्ष गेले नाही; पण हळूहळू त्याच्या ध्यानात आले, कुणी तरी बराच वेळ रडत आहे. चांगले हुंदके देऊन रडत आहे. आवाज तर एखाद्या लहान मुलाचा वाटतो. कोण असावे बरे? रडणे रस्त्यावरून आल्यासारखे वाटते. कुणी पोर चुकलंबिकलं तर नाही? पाहावे तर खरे, काय प्रकार आहे!

– असा विचार करीत-करीत शिवाने

बराच वेळ गुंगीत घालवला; पण मग शेवटी तो धडपडत उठला. डोळे चोळत त्याने धोतर सावरले. मग दाराबाहेर येऊन पाहिले. पाहिले म्हटल्यापेक्षा पाहण्याचा प्रयत्न केला. कारण बाहेरच्या रखरखीत उन्हामुळे त्याचे डोळे एकदम दिपले. दोन मिनिटे त्याला काहीच दिसले नाही. हळूहळू डोळ्यांना उजेडाचा सराव झाल्यावर त्याला बाहेरचा रस्ता स्वच्छ दिसला.

त्याचा अंदाज बरोबर होता.

समोर रस्त्यालगत दुकानाची आडवी फळी होती. तिथे भिंतीला लागून एक पोरगे सावलीला उभे होते. मधून-मधून हुंदके देत होते आणि रडत होते. दोन-अडीच वर्षांच्या या पोराच्या अंगात कसलाही कपडा नावाचा प्रकार नव्हता. नाही म्हणायला कमरेला एक करगोटा तेवढा दिसत होता. त्याचा चेहरा कावराबावरा झालेला होता आणि गाल पाण्याने भिजले होते, मळले होते.

शिवा झर्रकन पुढे झाला. मऊ सुरात म्हणाला, "कुणाचा रे तू?"

पण त्या पोराने काही उत्तर दिले नाही. कुणी तरी सहानुभूतीने चौकशी करीत आहे, एवढे त्याला कळले आणि मग त्याने मोठ्यांदा गळा काढला. मघापेक्षा मोठ्यांदा गळा काढला.

"रडू नको लेका, नको रडू. काय नाव तुजं?"

या बोलण्यानं काही उपयोग झाला नाही. त्याचे आपले रडणे जोरजोरात चालूच राहिले.

शिवाने आणखीन चार-दोन वेळा त्याला प्रश्न विचारून पाहिले; पण कशाचेच रडण्यापलीकडे दुसरे काही उत्तर आले नाही, तेव्हा त्याने तो नाद सोडलाच.

"च्या मारी! चुकलंय पोरगं कुणाचं तरी. काय आई-बाप हायेत का सोंग?"

असे म्हणत तो रस्त्यावर उभा राहिला. आता काय करावे, असा विचार करीत डोके खाजवू लागला. मग त्याला एकाएकी आठवण झाली. चार घरे पलीकडे टाकून पाऱ्या गवळ्याचे घर होते. पाऱ्याला आठ-दहा पोरं होती. न जाणो, त्याचेच एखादे असेल एखाद्या वेळी. नसले तरी निदान पत्ता लागेल. कारण नाही म्हटले तरी त्याच्या पोरांच्या नादाने इतर आसपासची पोरे पुष्कळ येत-जात असतील. अदमास तरी कळेल. चौकशी करायला हरकत नाही.

या विचाराने तो तसाच वळला आणि तरातरा पाऱ्याच्या घरात गेला. मोठमोठ्यांदा हाका मारू लागला, "पाराप्पाऽ ए पाराप्पाऽऽ"

पाराप्पाची ढब्बी बायको रिकाम्या अंगणात बसून भिंतीला शेणाच्या गवऱ्या थापीत होती. तिचे हात धबाधब काम करीत होते. दरवाज्यातून एकदम आलेली हाक ऐकून ती थांबली. मागे तोंड करून मोठ्यांदा म्हणाली, "का वो? काय काम हाय?"

शिवाने विचारले, "पाराप्पा कुठे हाय?"

"झोपलेत आत्ताच. काय काम हाय?"

"पोरगं चुकलंय कुणाचं तरी. बगा बरं, तुमचं तर न्हवं?"

पाराप्पाची बायको रेसभरदेखील जागेवरून न ढळता घाबऱ्या-घाबऱ्या बोलली, "चुकलं? अगं बया! कुनाचं? आमचं न्हवं ना?"

"तेच बगा म्हनतो तर!"

"रडतंय का?"

"आवो, एकसारखं रडतंय मगापासनं! दमच न्हाईन् –"

"मग आमचं न्हवं पोरगं." पाराप्पाची बायको पुन्हा धबाधब शेणगोळा भिंतीवर मारीत बोलली, "आमची पोरं लई साडंशिटलीची हायेती, चुकून रडायची न्हायती. हां, दुसऱ्या लेकरांना तेवढी रडवतील –"

"पण बघचाल तर खरं कोन हाय?"

"सोडा आणून हितं. मग बगते मी."

– एवढे बोलून पाराप्पाची बायको पुन्हा आपल्या उद्योगात दंग झाली. धपाधप शेणाच्या भाकरी होऊ लागल्या आणि भिंती भरू लागल्या. कुणी दरवाजात उभे आहे याची तिने काही दखल घेतली नाही. तिचे आपले काम दणक्याने चालू राहिले.

शिवाच्या मनात आले होते– असेच ओसरीवर जावे आणि पाराप्पाला उठवावे. त्याला ही गोष्ट सांगून उठवून बाहेर आणावे, म्हणजे सोक्षमोक्ष होईल. थोडाबहुत पत्ता लागला तर लागेल; पण त्याच्या बायकोचा हिसका त्याला माहीत होता. पाराप्पा झोपला आहे असे बायकोने एकदा खणखणीत सुरात सांगितल्यावर आपण झोपलो नाही, असे म्हणण्याची त्याची झोपेतसुद्धा छाती नव्हती. तेव्हा आता त्याला उठवणे हे शक्यच नव्हते. मुकाट्याने त्याचा नाद सोडावा, हे चांगले; पण आता कुणाकडे जावे? कुणाला विचारावे?

अशा नादात शिवा बाहेर रस्त्यावर आला. बाबू पैलवान पलीकडच्या बाजूने जाताना दिसला. त्याने एकदम सुटकेचा निःश्वास सोडला. मोठ्यांदा हाक मारली, "बाबू, ए बाबूऽऽ –"

बाबू एकदम थांबला. नुसतीच गर्दन वर करून त्याने विचारले, "काय रे?"

"पोरगं हाये –"

"कोण मी?... मार खाशील हा शिवा तू मरस्तवर– सांगून ठिवतो."

"आरं, तू न्हवं –" शिवा त्रासून म्हणाला.

"एक पोरगं हाये –"

"मग मी काय करू? आसू दे."

"तसं न्हवं. चुकलंय एक पोरगं."

"आं? कुठं?"

"हाये माझ्या घराजवळ. रडतंय सारखं. बग तर तुजी काय वळख लागतीय का?"

"बगू– बगू, चल."

चार घरे टाकून, डावीकडे वळून दोघेही शिवाच्या घराजवळ आले, ते पोरगे मघाच्याच जागी उभे होते. मधून-मधून सूर काढीत होते. डोळे पुशीत होते.

त्याला बघून बाबूने एकदम प्रेमळ चेहरा केला. खाली गुडघ्यावर वाकून त्याने हात पसरले. तोंडाने चुक्चुक् आवाज केला.

"ए, ये–ये, माझ्याकडे ये. रडू नगो."

पण बाबूचा प्रेमळ चेहरा त्या मुलाला फारच चमत्कारिक दिसला असावा. कारण इतका वेळ पुष्कळशा गप्प असलेल्या त्या पोराने पुन्हा रडायला सुरुवात केली. मोठमोठ्यांदा हुंदके देऊन ते रडू लागले.

बाबू पुन्हा म्हणाला, "कुणाचा रं तू? काय नाव तुझं?"

पण ते पोर रडतच राहिले. एक अक्षरही बोलले नाही. बाबूने त्याला पुष्कळ प्रश्न विचारले; पण काही उपयोग झाला नाही. नाही म्हणायला बाबूने खिशातली एक खारीक काढून त्याला दिली, तेव्हा ते जरा रडायचे थांबले. खारीक खात उभे राहिले. मधून-मधून गळा काढू लागले.

बाबू आणि शिवा दोघेही एकमेकांकडे पाहत उभे राहिले. आता नेमके काय करावे, हे दोघांनाही कळेना. थोड्या वेळाने बाबू बारकाईने बघत म्हणाला, "बायली, त्या बापू तांबटाचं तर न्हवं हे?"

"कशावरनं?"

"जरा नाक त्याच्यासारखं दिसतंय– बग की नीट तू."

शिवाने बारकाईने त्या पोराच्या नाकाकडे निरखून पाहिले; पण त्याला काही कळले नाही. तांबटाचे नाक नेमके कसे आहे, हे काही त्याच्या डोळ्यांपुढे येईना. हां, एक गोष्ट होती. या पोरासारखे बापूचेही नाक नेहमी भरलेले असते, एवढीच गोष्ट त्याच्या लक्षात आली. बाबूला बहुधा हेच सांगायचे असेल, दुसरा सारखेपणा तर काही आपल्याला दिसत नाही.

शिवा डोके खाजवीत म्हणाला, "छ्या:! आपल्याला तर काय कळत न्हाई गड्या."

बाबू मान हलवून खात्रीच्या सुरात म्हणाला, "न कळायला काय झालं? नक्कीच ते तांबटाचं पोर हाये. मी सांगतो की."

"ह्यॅ:! उगी कुठं नाकावरनं कळतं व्हय? काय तरी येड्याभंगडासारखं बोलू नकोस."

"नुसत्या नाकावरनं न्हवं, तोंडावळासुदिक मला तसाच वाटतोय बग."

शिवाला काही ही गोष्ट पटली नाही. त्याने नाही म्हणून सांगितले, तेव्हा बाबूला आपला अपमान झाल्यासारखे वाटले. आपण एवढे जीव तोडून सांगत असताना याने विश्वास ठेवू नये म्हणजे काय? मग त्याला फारच चेव आला. सगळी गल्ली जागी होईल इतक्या उंच सुरात त्याने पुन्हा तीच गोष्ट पटवून देण्याचा प्रयत्न केला. शिवाही चिडला. तोही मोठमोठ्यांदा बोलू लागला. दोघांची खूप झकाझकी झाली. एकमेकाला शिवीगाळ करण्यापर्यंत, अंगावर धावून जाण्यापर्यंत वेळ आली आणि थोड्या वेळाने दोघांच्याही ध्यानात आले की, आपल्याभोवती बऱ्याच वेळापासून गर्दी झालेली आहे; दहा-पाच माणसे गोळा झाली आहेत आणि ती मोठ्या चवीने आपले हे भांडण ऐकत उभी आहेत.

दोघेही जरा थांबले. एकमेकांकडे बघत नुसतेच गुरगुरत उभे राहिले.

"निव्वळ भंगड मानूस हायेस तू."

"तुला काय आकल हाये, म्हाईत हाये मला."

"तू मोठा अक्कलवान रे!"

भांडणाची पट्टी जरा खाली आली, हे पाहिल्यावर बाकीची माणसे जरा पुढे सरसावली. सर्रकन नाक शिंकरून आणि धोतराच्या घोळाने ते पुसून म्हातारा काका सोनार म्हणाला, "का बाबूराव, काय झालं?"

बाबू हिंस्र चेहऱ्याने शिवाकडे बघत म्हणाला, "आता बगा की– मघापासनं मी सांगतोय की बापू तांबट –"

"त्याला काय धाड आली?"

"त्याचंचं पोरगं हाये वो हे–"

शिवा उपरोधाने मान हालवीत बोलला, "हा हा! का, तर म्हणं– तोंडवळा तसा दिसतोय."

"मग खोटं हाये का?" बाबू पुन्हा ओरडला.

पांडू लव्हार पुढे सरकून म्हणाला, "बापू तांबटाचं पोरगं ना? हाये मला ठाऊक. लई खोटं बोलतं. अवलाद हाये नुसती."

शिवा त्रासून म्हणाला, "तसं न्हवं! ह्ये–ह्ये पोरगं बापू तांबटाचं हाये का सांग–"

त्याने फळीजवळच्या भागाकडे बोट केले आणि पाहिले; पण तिथे कुणीच नव्हते. कुठेच पोरगे नव्हते.

"आँ! आता हिच्या मारी! गेलं कुठं कार्टं?"

शिवा इकडे-तिकडे बघू लागला. बाबूही हुडकू लागला. सगळेच त्यांच्याकडे पाहू लागले. शेवटी शिवाला ते पोरगं सापडलं. माणसांच्या ऐन गर्दीत उगीच गप्प राहून ते सगळ्यांकडे पाहत होते. खारीक चोखीत शांतपणे उभे होते! त्याला बाहेर

काढून शिवाने वस्तुस्थिती समजावून सांगितली.

आता सगळ्यांना उलगडा झाला. मघापासून कुणाला भांडणाचा मुद्दाच स्पष्ट झाला नव्हता. काही जणांना असे वाटले होते की, शिवाने बापू तांबटाची काही तरी खोडी काढली असावी आणि त्याबद्दल बाबू त्याला दम देत असावा. काही जणांना जरा उलटे वाटले होते. बापू तांबटाच्या नाकावर बाबूने ठोसा मारला असावा आणि त्यामुळे बापूचा तोंडावळा हुबेहूब दुसऱ्या कुणासारखा झाला असावा. शिवा बहुतेक त्याचीच चौकशी करीत असावा, अशी त्यांची समजूत झाली. आता खरा प्रकार कळला. हात्तिच्या! असे होते होय? कुठलं तरी पोरगं चुकलं होतं. आणि ते कुणाचं असावं, याबद्दल वाद होता. मग काही विशेष नव्हते. पोरगे कुणाचे आहे, हे काय सहज काढता येईल हुडकून. इतक्या माणसांत कुणाच्या तरी ओळखीचे निघेलच. निदान चौकशी करीत, हुडकीत कुणी तरी येईलच. मग काही फारशी गंमत नव्हती.

हेकणा सखाराम आपल्या एकाच धड डोळ्याने त्या पोराकडे निरखून बघत एकदम म्हणाला, "चक्! आन् नागडंच हाये पोरगं. कापडं आसतं अंगावर म्हंजे सांगाया आलं आसतं काय तरी."

म्हातारा काका सोनार मान हलवीत तुच्छेतेने म्हणाला, "व्हय का? नागडं हाये एवढं तुला दिसलं, हे काय थोडं हाये का?... काय लेका बोलतोस! ह्यँ:!"

काका सोनाराचे हे बोलणे ऐकून तिथे उभ्या राहिलेल्या मंडळीत हशा झाला. त्यामुळे सखाराम वरमला. मनातून थोडा दुखावला. रागीट सूर काढून म्हणाला, "आसं हाये– माजं म्हणनं एवढंच की–"

"काय बाबा?"

"न्हाई, कापडं अंगावर आसती ह्येच्या म्हंजे –"

"नागडं म्हनलं नसतं. व्हय ना?"

काकांचे हे पुन्हा चेष्टेखोरपणाचे बोलणे ऐकून सगळे हसू लागले. सखारामच्या अंगाचा अगदी भडका झाला. याबद्दल काका सोनाराचा केव्हा तरी कडता काढायचा, एवढे मनाशी ठरवून तो गप्प राहिला. पुढे अजिबात बोलला नाही.

मग पांडोबा लव्हार ऐटीने पुढे सरसावून समजुतीच्या सुरात म्हणाला, "हे बघ सखाराम, हे पोरगं कोण हाये, तुला म्हाईत हाये का?"

सखारामने नकारार्थी मान हलवली.

"मग झालं तर! उगीच दातखिळी तरी बसवून गप्प उभा रहा बरं मग."

मग त्याने खाली वाकून त्या पोराचे बारकाईने निरीक्षण केले. इतक्या बारकाईने केले की, इतका वेळ गप्प झालेल्या त्या पोराने पुन्हा टाहो फोडला. एकदम रडायला सुरुवात केली.

"हं... तोंडावळा दिसतोय बाकी तसा हा."

हे ऐकून बाबू पैलवानाला एकदम मूठभर मांस चढले. तो ओरडून म्हणाला, "बघा, तरी मी मगापासनं वरडतोय."

आणि त्या खुशीत त्याने खिशातल्या आणखी एक-दोन खारका काढून त्या पोराला खायला दिल्या. त्याचे रडे गप्प करण्याचा प्रयत्न केला. त्या पोराने हा खाऊ आपल्या मुठीत दाबून धरला. एक खारीक तोंडातही घातली; पण त्याचे हुंदके काही थांबेनात. त्याची छाती एकसारखी खाली वर होतच राहिली.

सुताराची आनशी मघापासून गर्दीत उभी होती. खरे म्हणजे, या वेळेपर्यंत आघाडीवर येऊन तिने संभाषणात आणि चर्चेत भाग घ्यायला पाहिजे होता; पण ती मागेच उभी होती. याचे कारण इतकेच होते की, तिला गालगुंड का दाढदुखी असे काहीसे झाले होते. एक बाजू सुजल्यामुळे तिला नीटसे बोलता येत नव्हते; पण आता मात्र तिला राहवेना. गर्दीच्या एका बगलेने पुढे येऊन तिने त्या मुलाकडे नीट निरखून पाहिले. मान खाली वाकवून-वाकवून पाहिले. मग विचारले, "कुनासारखा तोंडवळा हाये म्हणाला?"

बाबू खुशीत म्हणाला, "बापू तांबटासारखा –"

पांडू मान हलवीत बोलला, "बापूसारखा न्हवं मर्दा, हा त्याच्या बायकूसारखा दिसतोय मला. आगदी सादमूद."

हे ऐकून आनशीला रागाचा झटका झाला. नाक उडवून ती स्वत:शीच पुटपुटल्याप्रमाणे बोलली, "ऊं! निसता चाबरटपना कराय पायजे. लेकरू कवाचं रडतंय मगाधरनं. ते पोचतं करायचं ऱ्हायलं बाजूला."

पांडा लघळपणानं म्हणाला, "आगं, पन कुनाचं पोरगं ते तर ठराय पायजे! हाये का तुजं? घेऊन जा आसलं तर घरी."

"ए! लईच फाजीलपणा कराय लागलास की –"

– असे म्हणून आनशीने जळजळीत रागाने त्याच्याकडे पाहिले. डोळे वटारले. मग शिवा जमदाड्याकडे वळून तिने तोंडावर पालथा हात ठेवला.

"कुनाचीच कशी वळख लागत न्हाई म्हनते मी."

शिवा लांबलचक हातवारे करून म्हणाला, "आता बग, म्हंजे झालं! मघापासनं रिक्कामा चावटपणा चाललाय नुस्ता. एकानं तरी जरा वळख दाखवायची हुती."

बाबू गुरगुरून म्हणाला, "मी कवाच बोललो, तांबटाचं हाये पोरगं."

"हूं! ते ऐकतोय मगापासनं. आणखी कुणाचं?"

काका सोनार आरशीतून वाकड्या नजरेने बघत म्हणाला, "आणखी कुनाचं म्हंजे? पोरं एका येळेला एकाच बापाची असतेत ना? का नाही?"

पुन्हा लोक हसू लागले, सगळीकडे जरा जिवंतपणा आला. काका सोनार इथे आहे हे बरे झाले, असे सगळ्यांनाच वाटले. तो नसता तर खरोखर एवढी गंमत

आली नसती. म्हातारा मोठा गमत्या आहे, हेच खरे.

लोक हसू लागले तेव्हा काकाने आपला चेहरा गंभीर केला. वयोमानानुसार आपण जरा जबाबदारीनं आणि गंभीरपणे बोललं पाहिजे, असं त्याला वाटू लागलं. ती जाणीव तोंडावर दाखवून म्हातारा बोलला, "बरं, ते ऱ्हाऊ द्या आता. पोरगं न्हाई ना वळखीचं निघत कुणाच्या?"

सगळ्यांनीच माना हलवल्या.

बाबू सरसावून म्हणाला, "मी मघाधरनं सांगतोय –"

बाबूच्या बुद्धिमत्तेबद्दल सगळ्यांनाच आदर असल्यामुळे कुणीच त्याचे बोलणे पहिल्यापासून मनावर घेतले नव्हते. काका सोनारानेही अर्थात तिकडे दुर्लक्ष केले.

"तू असं कर बाबू, तांबटाकडं जाऊन ये. त्याला इचार. म्हणावं, पोरगं चुकलंय का तुझं? आन होय म्हनला, तर ये माघारी."

बाबूला एवढे सुनावून म्हातारा म्हणाला, "तोपत्तुर ह्या पोराला न्या की कुणी तरी घरी. आले आई-बाप बोंबलत, तर बगता यील."

सगळ्यांना ही गोष्ट पटली; पण हे प्रकरण कुणी घरी न्यावे, याविषयी त्यांच्यात एकमत होईना. शेवटी हेकणा सखाराम खुनशीपणाने म्हणाला, "दुसऱ्याला कशाला सांगताय, काका? तुमीच न्या की! हायेत धा नातवंडं, त्यात हे एक."

"हो, मी नेतो की; त्यात काय आवघड हाय? येतो का रं माज्याकडं?"

– असे म्हणून काकाने त्या पोराचा एक हात धरला आणि अशा जोराने ओढला की, ते पुन्हा रडू लागले. त्याने आपला हात हिसकावून माघारी घेतला. मान हलवून तक्रार केली. काकाचे काम झाले.

"आता बगा. मी नेतोय चांगला, तर यीना."

"मग आता कोण नेतंय?"

सगळे एकमेकांकडे पाहू लागले. मी नेतो घटकाभर घरी, असे स्पष्टपणे सांगणारा एकही वीर पुढे येईना. हे बघून आनशीला फार राग आला. नाक उडवून ती म्हणाली, "का रं पांडा, आता का डिंक लावलास तोंडाला? तू ने की."

पांडा तोंड हसरे करून पट्दिशी म्हणाला, "तेच मी मगापासनं म्हणतोय–"

"मग कुटं गाडी आडली?"

"पर घराला कुलूपच हाये माज्या. कुटं बायकू गेलीय लावून, पत्त्या न्हाई. मीच गावातनं मघाधरनं चकरा घालतोय. न्हाई तर –"

काका म्हणाला, "ते बरोबर. तू तरी काय करणार मग? बाबू, तू का नेत न्हाईस?"

बाबू फार रागावला होता. आपले बोलणे कुणीच मनावर घेतलेले नाही, हे हळूहळू त्याच्या ध्यानात आले होते. त्यामुळे तो फुरंगटून म्हणाला, "मी आजाबात

हात लावणार न्हाई आता. मघाधरनं मी सांगतोय की तांबटाचं–''

पण बाबूच्या बोलण्याकडे लक्ष न देता पुन्हा लोक एकमेकांशी बोलू लागले. कुणी तरी कुणाला तरी हेच प्रश्न विचारले. तशी वास्तविक प्रत्येकाचीच तयारी होती, असे दिसले. या मुलाला घटकाभर घरी न्यायला कुणाची हरकत नव्हती; पण कुणाची तरी बायको फार चमत्कारिक होती. तिने नसते संशय घेतले असते. तेव्हा त्यांचा अगदी निरुपाय होता. दुसऱ्याची बायको स्वभावाने फारच चांगली होती; पण पोरे महा व्रात्य आणि खोडाळ होती. या बिचाऱ्या लेकराला अगदी सळो की पळो करून सोडले असते. आणखी एकाच्या घरी बायको चांगली होती आणि मुलेही कुणी नव्हतीच. त्यामुळे या पोराला तेथे करमले नसते. त्याने भोकाड पसरले असते. ही भानगड होती.

एकूण, सगळ्यांच्या अडचणी फार मोठ्या होत्या. एरवी कुणी नाही म्हणत नव्हतेच.

ही सगळी चर्चा ऐकून शिवा कंटाळून गेला होता. तो दमलेल्या सुरात म्हणाला, ''बरं बाबा, राहू द्या. तुम्ही कुण्णी नेऊ नगा. बसंल माझ्या घरी पोरगं घडीभर. मग झालं?''

पांडू संतोषाने म्हणाला, ''हे बरं झालं, शिवा. तुझ्याकडं कसं पहिल्यापासूनच ऱ्हातंय बघ. मी तुला म्हणणारच हुतो –''

काका समाधानाने म्हणाले, ''शिवा मायाळूच पहिल्यापासून लई.''

सगळ्यांनी शिवाची स्तुती केली. आता आपापल्या उद्योगाला जावे, असा विचार केला. काही लोक हललेही.

तेवढ्यात बापू तांबटाची बायको झपाझपा चालत आली. जवळ आल्यावर घाबऱ्या-घाबऱ्या म्हणाली, ''कुणी पोरगं बगितलं का एखादं चुकल्यालं?''

पण कुणाला उत्तर देण्याचे कारणच पडले नाही. तेवढ्यात तिला शिवाच्या खांद्यावर बसलेले ते मूल दिसलेच.

''अग बया! –''

असे करून तिने झेप घेतली. दोन्ही हात पसरले. त्याबरोबर शिवाने मुकाट्याने ते पोरगे तिच्या स्वाधीन केले. आपल्याला कुणी घेतले, हे त्या पोराने एकदा निरखून बघितले आणि मग ते उगीचच रडू लागले. बापू तांबटाची बायको त्याला 'गप-गप' करीत थोपटू लागली. 'मघाधरनं हुडकतीय लेकरू.' असे म्हणत सगळ्यांना आपली धांदल सांगू लागली. सगळे एकमेकांकडे टकमका बघत तिची हकिगत ऐकू लागले. दोन गल्ल्यांच्या पलीकडे असलेल्या या पोराची आणि तिची कशी थोडक्यात चुकामूक झाली, याची कथा ऐकू लागले.

इतका वेळ गप्प बसलेल्या बाबू पैलवानाला आता बळ आले. अस्तन्या मागे

सारून तो पुढे आला. टेचात म्हणाला, ''का? तरी मी पयल्यापासनं म्हणत हुतो ना? पण एक ऐकायला तयार न्हाई! मी गाढव; तुमी मोठे अक्कलवान. आता कशी?''

सगळे गुपचूप बसले. कुणी काही बोलले नाही. एक-दोघांनी बाबूची जरा स्तुती केली. पांडू चिकटपणाने म्हणाला, ''मी पयल्यापासनं बाबूरावच्या बाजूनं बोललो होतो. म्हनलं न्हाई का मी, का तोंडवळा आगदी आईसारखा हाये? आँ?''

बाबू जरा फुशारला. छाती काढून तो ऐटीने उभा रहात म्हणाला, ''हात् तुमची गं!'' सगळ्यांनी माना हलवल्या. बाबूच्या बुद्धीबद्दल सगळ्यांना आश्चर्य वाटलं. तेवढ्यात आनशीला जरा शंका आली. तिने बापू तांबटाच्या बायकोला विचारले, ''हे तुजं लेकरू हाये का?''

तांबटाची बायको हे सगळे बोलणे ऐकत उभी होती. तिला धड काहीच कळले नव्हते. आनशीने प्रश्न विचारल्यावर ती चमत्कारिक तोंड करून म्हणाली, ''बया! माजं कुटलं लेकरू? भैणीचं हाये माझ्या. कालच आलीया ती गावावरनं... जाते बया. वाट बघत आसंल. मघाधरनं जिवात जीव न्हाई तिच्या.''

आणि तरातरा ती निघून गेलीही.

सगळे पुन्हा एकमेकांकडे पाहू लागले. बाबूकडेही न बोलता पाहत राहिले. बाबूही त्यांच्याकडे आश्चर्याने पाहत राहिला.

कुणी काही बोलले नाही, तेव्हा शिवा उपरोधाने म्हणाला, ''का बाबू, आता कसं?''

बाबू दमदाटीच्या सुरात बोलला, ''मग काय झालं? जरा चुकामूक झाली!''

''जरा!''

''जरा न्हाई तर काय? माज्या बोलण्यात काय फरक झाला? तांबटाच्या घरचंच पोरगं निगालं का न्हाई? आँ?''

एवढे बोलून बाबूने एकदम शिवाला पोटात एक गुच्ची ठेवून दिली. त्याबरोबर शिवा एकदम कळवळला. मग पोट दाबून एकदम बाबूच्या अंगावर धावून गेला. दोघांनीही एकमेकाला हाणामारी सुरू केली. तोंडाने पुन्हा आरडाओरडा सुरू झाला. गोंधळ झाला.

त्याबरोबर निघालेले लोक पुन्हा थांबले. उत्सुकतेने बघत राहिले. आता काही नवी गंमत घडणार, या कल्पनेने त्यांच्या अंगावर आनंदाचा काटा आला.

/

# ८.
# एक सदाशिवराव आणि त्यांची बायको

प्रोफेसर सदाशिवराव हे आता चाळिशीला आले होते. तसे त्यांचे सगळे उत्तम होते. नोकरी व्यवस्थित होती, पगार भरपूर होता. लग्न होऊन पंधरा वर्षे लोटली होती. पोटी पुत्रसंतान नव्हते आणि म्हणून ते दुःखी होते, अशातलाही काही प्रकार नव्हता. ईश्वरी कृपेने ती संपत्ती घरात भरपूर होती. निदान कमी तरी नव्हती; तरी पण प्रोफेसर सदाशिवराव मनातून थोडे दुःखी होते. या पंधरा वर्षांत आपल्यावर फारच अन्याय झाले आहेत आणि आपण पददलित वर्गात जमा झालो आहोत, असे त्यांना मनापासून वाटत होते. बायको घरात आल्यापासून आपले स्वातंत्र्य खलास झाल्याची रुखरुख त्यांना फार वाटत होती. अरे, म्हणजे हे आहे काय? घरात काडीची सत्ता नाही. जिथे-तिथे हिचा तोरा. 'हे करा, ते करा... ते करू नका, हे करू नका. पारोसे बसू नका, अंघोळीला चला. तो फाटका शर्ट घालू नका, हा घाला. तो फाटका गंजिफ्रॉक घालाल तर खबरदार! गुंड्या उगीच इकडे-तिकडे टाकू नका. घरी लवकर परत या. मित्रांच्या टोळक्यात चकाट्या पिटत बसू नका.' बरे, पुन्हा काही बोलायची सोय नाही. शब्दाला शब्द तयार. एकसारखे तोंड वाजवण्याची तयारी. कुठवर माणूस तोंडाला तोंड देणार?

सदाशिवरावांना जे वाटत होते, ते काही खोटे नव्हते. त्यांच्या बायकोचा दरारा होताच तसा. नवऱ्याची गोष्ट सोडून द्या. त्यात काय विशेष आहे? पण घरातला गडी आणि मोलकरीणदेखील बाईंना भीत. उलट शब्द कधी तोंडातून काढीत नसत.

मग सदाशिवरावांची ती गोष्ट काय! सतत बडबड करीत राहण्याच्या बाबतीत तर बाईंची प्रगती कौतुक करण्याच्याही पलीकडे होती. आपल्या बायकोचे तोंड कधी मिटलेले आहे, असे सदाशिवरावांना इतक्या वर्षांत कधी आठवत नव्हते. त्यातून तिला आणखी काही दुष्ट सवयी होत्या. चांगले-चांगले पदार्थ स्वत: हौसेने करून ते सक्तीने दुसऱ्याला खाऊ घालण्याची तिची सवय चमत्कारिक होती. दुसरे कोणी नसले तरी सदाशिवराव तिला नक्कीच सापडत. आणि केलेले हे पदार्थ भरपूर खाल्ल्याखेरीज त्यांची सुटका नसे. कधी बटाटेपोहे, कधी कांदापोहे, कधी शिरा, कधी करंज्या. रोजच्या रोज हे सगळे करीत बसण्याचा हिला कंटाळा कसा येत नाही, याचे सदाशिवरावांना आश्चर्य वाटे; पण हे पदार्थ रोज तयार होत आणि त्यांना रोज खावे लागत. याचा दुष्परिणाम असा झाला होता की, सदाशिवरावांचे वजन नियमाने वाढत गेले होते आणि त्यांच्या जिभेला कशाची हाव म्हणून राहिली नव्हती. त्यांच्या बरोबरीचे मित्र नेहमी हॉटेलात जात, मिसळ खात, भजी खात. त्याची चविष्ट वर्णने सांगत; पण हॉटेलात जाण्याची संधी सदाशिवरावांना कधी मिळतच नसे. बाहेर काही खावे, अशी इच्छाच त्यांच्या मनात (किंवा पोटात) निर्माण होत नसे. ती कुवतच त्यांच्यात राहिली नव्हती, असे म्हटले तरी चालेल. चुकूनमाकून ते मित्रांबरोबर हॉटेलात गेलेच, तर फक्त चहाचा कप तोंडाला लावीत. बाकीचे लोक दहीवडा कसा खातात, हे भकास मुद्रेने बघत राहत.

सदाशिवरावांनी हेही सगळे सहन केले असते. निदान वर्षातून एखाद्‌दुसरा महिना बायको माहेरी गेली असती तर; पण ती माऊली वर्षानुवर्षे कधी तिकडे फिरकल्याचे त्यांना आठवतच नव्हते. केव्हा तरी एकदा भावाच्या मुंजीला, बहिणीच्या लग्नाला गेली असेल, तेवढीच. तीही चार-आठ दिवस. आठवड्याच्या आत बाईसाहेब परत घरी येऊन दाखल. सदाशिवरावांना आधी विचारण्याची हिंमत होतच नसे; पण प्रेमळपणाने त्यांनी चौकशी केलीच, की 'का गं परत आलीस इतक्या लवकर?'– तर कमळाबाई ठसक्याने सांगत – ''म्हणजे? तिथं काय गाठोडं पुरलंय माझं?''

''तसं नाही; ...पण बऱ्याच दिवसांनी गाठीभेटी झालेल्या–''

''मग झाल्या की गाठीभेटी! गाठी पडल्या, बोलणीचालणी झाली. आता काय राहिलं डोंबल आणखीन?''

''तुला राहायचा आग्रह नाही झाला?''

''पुष्कळ झाला ढीगभर; पण मी बरी राहीन? म्हटलं, यांची खाण्यापिण्याची उगीच आबाळ होते. मला नाही बाई जमायचं.''

''नाही... तशी काही आबाळ...'' सदाशिवराव बोलण्याचा प्रयत्न करीत; पण त्यांच्याआधीच कमळाबाई गर्जना करून म्हणत, ''आबाळ नाही तर काय? एक

डबाभर लाडू, वड्या, चिवडा एवढंच घाईघाईनं ठेवून गेले. तेवढ्यात कसं भागेल तुमचं? शिवाय मी आपलं स्पष्ट सांगून टाकलं. म्हटलं, स्वभाव आहे धांदरट. कोट आहे, तर पँट नाही. पँट आहे, तर शर्ट नाही. पगार झाला म्हणजे देऊन बसतील शे-पन्नास रुपये कुणाला तरी उसने. मी गेल्याशिवाय नाहीच भागायचं.''

''मी कुणाला दिलेले नाहीत पैसे –''

''काही नेम नाही तुमचा! द्याल ते द्याल अन् पुन्हा विसरून जाल. मला बघितलेच पाहिजेत पैसे मोजून सगळे!''

असे म्हणून सौभाग्यवती बाईसाहेब पहिल्यांदा माहेरून आणलेले डबे बाहेर काढीत. खाण्याच्या पदार्थांच्या दोन-चार बश्या सदाशिवरावांच्या समोर ठेवीत. आणि ते मुकाट्याने खाऊ लागले की, त्यांच्या कोटातले पाकीट हस्तगत करीत, पैसे मोजून पाहत.

हे असे चाललेले होते.

सदाशिवरावांना आता याचा अगदी संताप यायला लागला होता. घरातली पोरेसुद्धा त्यांना मान देत नव्हती. आईपुढे चळाचळा कापत होती; पण बापाच्या हाकेला ओदेखील द्यायला तयार नव्हती. बाकी त्यांच्याकडे तरी काय चूक म्हणा! आपणच इतकी वर्षे गरीब गाईसारखे वागलो. हूं का चूं केले नाही. उठा म्हटल्यावर उठलो, बसा म्हटल्यावर बसलो. बायकोकडे वाकडा डोळा करून पाहिले नाही. निषेधाचा शब्द कधी काढला नाही. मग पोरांना आपले महत्त्व वाटणार कसे? घरात बापाला जास्त किंमत असते, हे त्यांना कळणार कसे? ते काही नाही. इतके दिवस झाले ते झाले; आता यापुढे मात्र हा चावटपणा बिलकुल चालू देता उपयोगी नाही. आपले महत्त्व आपण प्रस्थापित केलेच पाहिजे. त्यासाठी बायकोला एकदा चांगली धुणे वाळत घालायची काठी घेऊन बदड बदड-बदडले पाहिजे. म्हणजे थोडा घरात दरारा निर्माण होईल. धुणे वाळत घालायची काठीसुद्धा जरा हलकीच झाली. त्यापेक्षा घरातले लाटणे घेऊन टाळक्यात हाणले पाहिजे. लाटणे बायकांनाच तेवढे हातात घेता येते आणि पुरुषांना घेता येत नाही, असे काही नाही.

सदाशिवरावांच्या मनात असे भयंकर विचार डोकावत होते. बायकोला एकदा चोपून काढण्याचा विचार त्यांच्या डोक्यात पक्का बसला होता. तशी गोड स्वप्ने त्यांना रोज रात्री पडत होती. स्वप्नात त्यांना फार सुंदर देखावा दिसायचा. आपण रिंगमास्टरसारखे हातात चाबूक घेऊन उभे आहोत. चेहऱ्यावर हिंस्र भाव थैमान घालताहेत. बायको थरथर कापत एका कोपऱ्यात उभी आहे. मग आपण काड्कन चाबूक हवेत उडवतो. त्याबरोबर बायको आणखीच कापायला लागते. तिच्या पाठीवर एक कोरडा ओढून आपण कर्कश सुरात विचारतो, ''बोल, खरं बोल, आमटीत मीठ कमी कसं पडलं?''

बायको कापत-कापत म्हणते, ‘‘मी – मला –’’

त्याबरोबर दुसरा कोरडा– काड्कन.

‘‘मी – मला काय? नीट बोलता येत नाही का?’’

‘‘व् – विसरले. चूक झाली माझी.’’

‘‘अशी कशी विसरलीस? आं? जेवायचं नाही विसरलीस? आमटी ती काय, अन् धडधडीत मीठ घालायचं विसरलीस? काय घर आहे का धर्मशाळा आहे? आँ?’’

‘‘सांगते ना, चूक झाली माझी. पुन्हा अशी चूक कध्धी कध्धी होणार नाही!’’ पाठोपाठ हुंदके आणि क्षमायाचना. मग तिसऱ्यांदा कोरडा. फडक्दिशी.

‘‘ठीक आहे. या खेपेला क्षमा केलीय मी; पण पुन्हा जर अशी हयगय दिसून आली, तर मात्र सांभाळून राहा. मग माझ्यासारखा वाईट माणूस नाही. आधीच सांगून ठेवतो!’’

अशी स्वप्ने सदाशिवरावांना नेहमी पडत; पण आमटीत मीठ कमी पडल्याचे स्वप्न पुन्हा कधी पडले नाही. स्वप्नातल्या स्वप्नात बायकोला इतका तरी धाक बसला, याचे सदाशिवरावांना जरा बरे वाटले.

दुसऱ्या स्वप्नात आपण सिगारेटचा धूर काढीत आरामशीर लोळतो आहोत आणि बायको मर्यादेने, घाबरत-घाबरत ‘आज किती तांदूळ घेऊ भाताला?’ असे विचारते आहे, असा रम्य देखावा होता. तिसऱ्या स्वप्नात बायकोला खांबाला दोराने बांधून ठेवले असून तिच्या तोंडात बोळा दिलेला होता. तिच्यासमोर सदाशिवराव टेबल-खुर्चीवर बसून भजी आणि दहीवडा खात होते. हॉटेलवाला पोऱ्या पुन:पुन्हा काही तरी आणून देत होता आणि सदाशिवराव ते सगळे पदार्थ भराभर खात होते...

अलीकडे अशी मजेदार स्वप्ने सदाशिवरावांना नेहमी पडत आणि त्यांचा हुरूप वाढे. स्वप्नात जी गोष्ट घडते ती प्रत्यक्षात घडणे फारसे अवघड नाही, असे त्यांना अलीकडे वाटू लागले होते. हां, थोडेसे धैर्य मात्र सुरुवातीला पाहिजे, थोडासा बाणेदारपणाही पाहिजे अन् थोडीशी भीती मोडली पाहिजे– बस्स. म्हणजे पुढचे सगळे जमलेच!

सदाशिवरावांनी मनाशी असा विचार ठरवायला आणि एक रहस्यमय इंग्रजी चित्रपट यायला एकच गाठ पडली. ‘बायकोच्या नाना भानगडींना कंटाळून नवऱ्याने केलेला सफाईदार खून प्रत्यक्ष डोळ्यांनी पाहा –’ असे त्या सिनेमाच्या जाहिरातीत म्हटलेले होते. तेव्हा सदाशिवरावांना हा शकुन चांगला वाटला. कमळाबाईंना आग्रह करून त्यांनी त्या सिनेमाला नेले.

जाहिरातीत वर्णन केल्याप्रमाणे एखादा सिनेमा प्रत्यक्षात भयंकर क्वचितच निघतो. म्हणून सदाशिवरावांना सिनेमा पाहीपर्यंत जरा धाकधूक वाटत होती; पण

हा सिनेमा जाहिरातीपेक्षा जास्ती भीषण निघाला. त्या चित्रपटात बायकोच्या पंचवीस का सत्तावीस किंकाळ्या होत्या. प्रत्येक किंकाळी इतकी परिणामकारक होती की, दर वेळी प्रेक्षकांच्या अंगाचा थरकाप होई आणि त्यांच्या तोंडावरून घामाच्या धारा वाहत. शेवटच्या बायकोच्या खुनाच्या प्रसंगी तर काही तरुण मुलींना चक्कर आली. स्वत: सदाशिवरावांनीही त्या वेळी तोंड हातांनी झाकून घेतले आणि बोटांच्या फटीतून राहिलेला सिनेमा पाहिला. सिनेमा सुटून रात्री घरी परत आल्यावरदेखील बराच वेळ त्यांच्या डोक्याचे केस ताठ राहिलेले होते.

कपडे काढून हाश्हुश् करीत गादीवर पडल्यावर सदाशिवराव मुद्रा भयानक करण्याचा प्रयत्न करीत बायकोला म्हणाले, "का? कसं वाटलं पिक्चर?"

झोपेत लोळणाऱ्या बंड्याला सरळ करीत कमळाबाई म्हणाल्या, "ते इंग्रजी मेलं काही समजत नाही; पण सिनेमा छान होता बाई! उद्या बंड्याला पाठवावं म्हणते मी बघायला."

सदाशिवराव ताड्कन उठून गादीवर बसले. त्यांच्या डोक्यावरचे केस वळायला लागले होते, ते पुन्हा ताठ झाले.

"बंड्याला? – अन् हा सिनेमा बघायला? शाबास!"

"हो. का? त्याला तर मेल्याला तसलीच फार आवड आहे. परवाच तो 'फ्रँकेस्टाईन' का कसलासा सिनेमा बघून आला नाही का? दिवसभर नुसता नाचत होता."

'काय कार्टं नालायक आहे' अशी मुद्रा करून सदाशिवरावांनी करड्या सुरात विचारले, "पण तुला भीती नाही वाटली?"

"भीती? भीती कसली?" कमळाबाईंनी ठसक्यात विचारले.

"त्या बाईच्या किंकाळ्यांची?"

"खरंच, किती छान ओरडत होती नाही हो ती? काही काहींना जमतं मेलं ॲक्टिंग. लहानपणी मलासुद्धा ॲक्टिंगची फार आवड होती. मेळ्यात तर मी अशी कामं करायची म्हणता–"

संभाषणाची गाडी भलत्याच रुळावर चाललेली पाहून सदाशिवराव अस्वस्थ झाले. डोळे विस्फारून ते म्हणाले, "आपल्याला तर बुवा फारच भीती वाटली."

"तुम्हाला वाटायचीच! परवा उंदीर मारा म्हणाले तर, तर भराभर टेबलावर चढून उभे राहिलात. शेवटी मला मारावा लागला."

"नाही गं! पण शेवटी शेवटी भीती वाटली नाही तुला?" सदाशिवरावांनी आशाळभूतपणे विचारले, "तो नवरा जेव्हा तिच्याजवळ येतो अन् नुसत्या दोन बोटांनी तिचा गळा दाबतो– त्या वेळी?"

"कानात इअरिंग्ज काय सुरेख होत्या हो, त्या वेळी तिच्या? तुम्ही पाहिल्यात?"

हा मार्मिक प्रश्न ऐकून सदाशिवराव सर्दच झाले. त्यांचे अवसान एकदम गळाले. तोंडावर पांघरूण घेऊन त्यांनी डोळे मिटले. चांगले गच्च मिटले. मग थोड्या वेळाने पडलेल्या स्वप्नात त्यांनी बायकोची चांगलीच हजेरी घेतली. या स्वप्नात ते शिक्षक झाले होते आणि कमळाबाई विद्यार्थिनी झाल्या होत्या. 'हा चित्रपट पाहिल्यानंतर तुम्हाला भीती का वाटली, ती कारणे देऊन दहा ओळींत लिहा–' असा प्रश्न त्यांनी लिहायला सांगितला; पण कमळाबाईंनी काही लिहिलेच नाही. शेवटी लिहिले तेव्हा 'मला मुळी भीतीच वाटली नाही.' असले मूर्खपणाचे उत्तर लिहिले. सदाशिवरावांनी ते उत्तर वर्गात वाचून दाखवले आणि असली आगाऊपणाची उत्तरं लिहिल्याबद्दल कमळाबाईंना छडीने फोडून काढले. इतके की, त्यांचा स्वतःचा हात काळा-निळा झाला...

एवढे हे स्वप्न सोडले, तर पुढे चार-दोन दिवस सदाशिवराव जरा खचलेलेच दिसले. त्या चार-दोन दिवसांत त्यांच्या मनात बायकोसंबंधी कसलेही हिंस्र विचार आले नाहीत. ते नेहमीप्रमाणे सकाळी मुकाट्याने उठले आणि त्यांनी मुकाट्याने तोंड धुतले. मग अगदी गपचिप चहा घेतला. त्यानंतर कमळाबाईंनी सूर चढवल्यावर हातातील वर्तमानपत्र फेकून त्यांनी ताबडतोब अंघोळ केली. जेवताना वाढलेले सगळेच्या सगळे पदार्थ खाल्ले. नंतर कॉलेजातही ते शांतपणे गेले. तिथे मुकाट्याने शिकवून ते दुपारी बिनबोभाट घरी आले आणि पुढे आलेले खाण्याचे जिन्नस त्यांनी बिनतक्रार तोंडात टाकले. रात्री ते अगदी शांतपणे झोपले. इतके की, त्यांच्या घोरण्यामुळे कमळाबाई नेहमीप्रमाणे दोन-तीनदा जाग्या झाल्या आणि 'काय मेला ताप आहे!' असे म्हणत पुन्हा आडव्या झाल्या. फार काय, सदाशिवरावांना कसलीच स्वप्ने पडली नाहीत. आणि त्यांनी कमळाबाईंना बिलकुल बडवून काढले नाही. एकूण, ते अगदी नेहमीचे प्राध्यापक सदाशिवराव दिसू लागले.

चार-सहा दिवसांनी वर्तमानपत्र वाचता-वाचता त्यांची नजर एका बातमीकडे गेली आणि सदाशिवरावांच्या आशेला पुन्हा अंकुर फुटला. अंघोळ घालून बाहेर आणलेल्या पोराचे अंग पुशीत कमळाबाई बाहेरच्या खोलीत आल्या तेव्हा ते म्हणाले, "आजची ही बातमी वाचलीस? फार भयंकर आहे बुवा! नवरा-बायकोत वितुष्ट आलं म्हणजे किती भीषण परिणाम होतो पाहा. वाच ही बातमी."

पोराची टाळू खसाखसा पुसतापुसता कमळाबाई म्हणाल्या, "मला नाही सकाळच्या वेळी असल्या बातम्या वाचायला वेळ."

"पण फार महत्त्वाची –"

"महत्त्वाची असेल नाही तर फिहत्त्वाची असेल; ही पोरं धाडूद्यात शाळेला आधी! –"

"अगं, ऐक तर खरं. फार सिरिअस गोष्ट आहे." असे म्हणून सदाशिवरावांनी

स्वत:च मोठ्यांदा ती बातमी वाचली. त्या बातमीचे सार असे होते की, कुठल्या तरी एका खेडेगावी नवऱ्याच्या मर्जीप्रमाणे बायको वागत नव्हती. नवऱ्याच्या इच्छेविरुद्ध ती माहेरी जायला निघाली, तेव्हा नवऱ्याने तिला अडवले. दोघांची बोलाचाली झाली. नवऱ्याने बायकोच्या अंगावर वरवंटा फेकून मारला. तो डोक्यात ताड्कन् बसून ती जागच्या जागी गतप्राण झाली. त्याबरोबर नवऱ्याला फार वाईट वाटले. मग त्यानेही गळ्याला फास लावून घेऊन जीव दिला. त्यामुळे तोही मरण पावला असून त्याची पोरे उघड्यावर पडली आहेत. असा प्रकार गावात अलीकडे कित्येक महिन्यांत झाला नसल्याचे वृद्ध लोक सांगत आहेत.

बातमी वाचून दाखविल्यावर सदाशिवराव म्हणाले, "बघितलंस, काय भीषण परिणाम झाला? त्या बायकोनं जर नवऱ्याचं थोडं ऐकलं असतं, तर तिच्या डोक्यात वरवंटा बसला नसता अन् ती मेली पण नसती!"

"मग? तुमचं म्हणणं काय?" कमळाबाईंनी पोराला चड्डी चढवली. "जा तिकडे अन् अभ्यास कर. नाही तर मरस्तवर मार दीन बघ मेल्या!"

"पण आई –" पोरगा केकाटला.

"चूप!" कमळाबाईंनी एक सटका दिला. "एक अक्षर बोलू नकोस. अभ्यास तर करू नकोस, म्हणजे चांगलंच कांडात काढते तुझं."

एवढे शब्द ऐकल्यावर ते पोरगे तिथून ताबडतोब अदृश्य झाले. मग सदाशिवरावांकडे तोंड करून कमळाबाई गरजल्या, "अन् तुम्ही वर्तमानपत्र वाचीत काय बसलायत घाईच्या वेळी?"

सदाशिवरावांनी घाबरून वर्तमानपत्र टेबलावर ठेवून दिले.

"नाही, ही बातमी जरा –"

"असल्या बातम्या रोज येतात. काय करायचंय त्या वाचून?"

"हो– हो, तेही खरंच म्हणा; पण त्या बायकोनं जरा सबुरीनं–"

"कसली सबुरी अन् कसलं काय? मोठी बावळटच दिसत्येय! नवऱ्यानं वरवंटा काय मारला अन् ही मेली काय पट्दिशी! सगळाच मेला चमत्कार! मी म्हणते, नवरा एवढा खवीस होता तर आपणही तसंच वागायचं. त्यानं वरवंटा उचलल्याबरोबर आपण पाटा फेकायचा त्याच्या पायावर! बसला असता पाय मोडून कोकलत!"

"हो, तेही खरंच!" सदाशिवरावांनी बिचकून मान डोलावली. "एकदा पाय मोडला असता म्हणजे त्यानं फासच घेतला नसता; पण मग बायकोही मेली नसती, नाही का? म्हणजे दोघंही जिवंत. म्हणजे पोरंही मग उघड्यावर पडली नसती!"

"काही तरी बोलत बसून वेळ घालवू नका. उठा पाहू अंघोळीला."

"हा काय उठलोच–" सदाशिवराव चाचरत म्हणाले. मग ते ताबडतोब उठले

आणि कपडे काढून अंघोळीला गेले. अंघोळ झाल्यावर सगळ्या मुलांच्याबरोबर ते नेहमीप्रमाणे मुकाट्याने जेवले आणि कॉलेजला गेले. त्या ठिकाणी अस्खलित वक्तृत्व करून घरी परत आले, तेव्हा मटकीची उसळ आणि खोबऱ्याच्या वड्या त्यांची वाट पाहत होत्या. त्या खाऊन ते मुकाट्याने फिरायला गेले. रात्री पुन्हा नियमाप्रमाणे पोटभर जेवले आणि गुपचूप झोपी गेले. त्या रात्रीही ते घोरले. तथापि, दोन घोरण्यांच्या मधल्या अंतरात त्यांना एक भीषण स्वप्न पडले. त्या स्वप्नात कमळाबाईंनी त्यांच्या अंगावर वरवंटा फेकला, तो त्यांच्या तोंडात जाऊन बसला. मग सदाशिवरावांनी उलट प्रतिकार करण्यासाठी पाटा उचलण्याचा प्रयत्न केला, खूप प्रयत्न केला; पण पाटा उचलता उचलेना. शेवटी पाटा उचलण्याच्या भरात ते एकदम उताणे पडले आणि तो प्रचंड पाटा त्यांच्या उरावर पडला अन् ते मोठ्यांदा ओरडले.

सदाशिवराव झोपेत ओरडलेले पाहून कमळाबाई जाग्या झाल्या. सदाशिवरावांना नीट जागे करून त्या म्हणाल्या – "काय झालं काय ओरडायला उगीच? शांतपणे झोपा पाहू. सुखासुखी ओरडता, का म्हणून?"

कपाळावरचा घाम पुशीत सदाशिवराव म्हणाले, "अगं, कसलं भयंकर स्वप्न पडलं मला! तुला काय कल्पना?"

"काही नको मला कल्पना अन् फिल्फना. स्वस्थ पडू द्या माणसाला. पुन्हा अशी स्वप्नं पडली, तर बघा. खबरदार, सांगून ठेवते!"

"न– नाही. आता नाही–"

असे म्हणून सदाशिवराव घाईघाईने झोपले आणि मग त्यांना कसलेच स्वप्न पडले नाही. सकाळपर्यंत ते डाराडूर झोपले. मग सकाळी ते नेहमीप्रमाणे मुकाट्याने उठले. तोंड धुणे, दात घासणे, चहा पिणे या सगळ्या आवश्यक गोष्टी त्यांनी बिनबोभाट केल्या. मग अक्षरही न उच्चारता त्यांनी अंघोळ केली. नंतर अत्यंत शांततेने जेवण करून ते कॉलेजला गेले. त्या दिवशी त्यांची सर्व लेक्चर्स वक्तृत्वाच्या दृष्टीने फारच सरस झाली. नंतर खाली मान घालून ते घरी परत आले. अत्यंत रीतसर पद्धतीने त्यांनी शेव, चिवडा आणि खमण-ढोकळा यांचा समाचार घेतला. रात्री पुन्हा ते झोपले; पण स्वप्न नाही म्हणजे नाहीच, त्यांना कसलेच स्वप्न पडले नाही. आणि मग प्राध्यापक सदाशिवरावांचा दिनक्रम अगदी पूर्वीप्रमाणेच सुरळीत सुरू झाला.

चार-आठ दिवस असे अत्यंत शांततेत गेले. कुठल्या तरी एका रविवारी प्राध्यापक सदाशिवराव घरी पुस्तक चाळीत बसले होते. सकाळी नऊ-दहाची वेळ होती. पोटात चहा, पाव-लोणी आणि शिरा नुकताच गेल्यामुळे एकंदरीत वातावरण प्रसन्न वाटत होते. कमळाबाई स्वैंपाकघरात चटणी वाटत होत्या आणि पोरे बाहेर

कुठे तरी खेळत होती. त्यामुळे घरात सर्वत्र शांतता दाटून राहिली होती. प्राध्यापक सदाशिवरावांच्या मनात काही तरी बोचत होते. कसली तरी रुखरुख त्यांना लागून राहिली होती; पण एकंदरीत त्यांचा चेहरा हसतमुख होता.

तेवढ्यात चाळीच्या मागच्या चौकातून एकदम आरडाओरडा ऐकू आला.

सदाशिवरावांनी कानोसा घेतला. पहिल्यांदा त्यांना नीटसे कळले नाही. कसला तरी गोंधळ चालला आहे, एवढेच त्यांना कळले. त्यांनी कान टवकारले. मग त्यांच्यात ध्यानात आले की, कुणी तरी पुरुषमाणूस मोठमोठ्यांदा ओरडत आहे आणि त्यामागोमाग बाईमाणसाच्या किंकाळ्या ऐकू येत आहेत.

त्याबरोबर सदाशिवरावांनी पुस्तक मिटून ठेवले, लगबगीने ते पाठीमागच्या सज्जात गेले.

चाळीच्या पाठीमागे मोठा चौक होता. मध्यभागी पाण्याचा हौद होता. त्या हौदापाशी मोलकरणी भांडी घासण्यासाठी रोज बसत. आता या हौदापाशी बरीच माणसे गोळा झाली होती. गोंधळ चालला होता. मध्यभागी कुणी तरी तांबड्या डोळ्यांचा, केस पिंजारलेला माणूस उभा होता आणि तो मोठमोठ्यांदा ओरडत होता. पलीकडे गंगी मोलकरीण उभी होती आणि ती मोठमोठ्यांदा रडत होती. गळा काढून ओरडत होती. मध्येच तो माणूस तिला कसली तरी बडबड करीत एक जोराचा टोला ठेवून देई. पुन्हा शिव्या घाली. त्याबरोबर गंगी मोठ्यांदा किंकाळ्या फोडी. 'अयाईऽ! मेले गं बया!' म्हणून जोरात ओरडे.

सज्जाला रेलून सदाशिवराव थोडेसे खाली वाकले. मग खालच्या माणसाला ते म्हणाले, "काय गणपतराव, काय गोंधळ आहे?"

गणपतराव वर तोंड करून म्हणाले, "गोंधळ कसला आलाय? नवरा-बायकोची भांडणं! तो मारत्या नाही का पलीकडच्या गल्लीतला?"

"बरं मग?"

"त्याची ही बायको आहे गंगी. त्यानं हिला पगारातला रुपया मागितला वाटतं. नाही दिला हिनं, तर ठोकतोय धरून बायकोला."

"शाब्बास! बहाद्दर आहे!"

बघता-बघता सदाशिवरावांचे हृदय भरून आले. त्यांनी मारत्याकडे अत्यंत आदराने निरखून पाहिले. तेवढ्यात मारत्याने गंगीला आणखी एक रट्टा ठेवून दिला. त्याबरोबर सदाशिवराव मोठ्यांदा म्हणाले, "हा आस्सं! हाण– हाण!"

गणपतराव वर तोंड करून तसेच उभे होते. सदाशिवरावांचे शब्द ऐकून त्यांनीही पुन्हा त्या मंगल देखाव्याकडे निरखून पाहिले. मग ते म्हणाले –

"तेच आम्ही सगळे त्याला सांगतोय मघापासनं. म्हटलं, आता रुपया दिला गंगीनं काढून तरी तू ऐकू नकोस. आणखी दहा-पाच तरी रट्टे ठेवून दे!"

"सांगितलंत का? ते बरं झालं मग!"

"मग काय? म्हणून तर मारत्या मघापासनं झोडपतोय तिला! रुपाया केव्हाच दिलाय तिनं काढून."

"वा! भले रे पठ्ठे! छान– छान!" असे म्हणून सदाशिवरावांनी हळूच इकडे-तिकडे पाहिले. मग खालच्या सुरात ते गणपतरावांना म्हणाले, "तुम्ही पुन्हा सांगा त्या मारत्याला. म्हणावं, इतक्यात सोडू नकोस. आणखीन् हाण."

"आहेत, आपली मंडळी आहेतच तिथं."

गणपतराव असे म्हणाले खरे; पण मग तुरूतुरू चालत ते पुढे गेले आणि त्या गर्दीत मिसळले. मारत्याने तेवढ्यात आणखी एक रट्टा गंगीला चढवला. गंगी पुन्हा जोरात ओरडली. मारत्याने जोरजोरात शिव्या घातल्या आणि आणखी चार-पाच जबरदस्त धपाटे घातले. शेवटी गंगी खाली पडली, तेव्हा मारत्याने तिच्या कमरेत लाथ घातली. त्याबरोबर ती रडत-ओरडत उठून उभी राहिली. असा गोंधळ आणखी काही वेळ चालला. मग मारत्याने गंगीचा हात धरला आणि तिला ओढीत-ओढीत तो घेऊन गेला. तीही रडत-ओरडत किंकाळ्या मारीत त्याच्यामागून गेली.

सदाशिवरावांच्या डोळ्यांत आनंदाश्रू उभे राहिले. त्यांनी नकळत टाळ्या वाजवल्या. आपल्या मनातली कसली तरी रुखरुख नाहीशी झाल्यासारखे त्यांना वाटले.

– तेवढ्यात कसला तरी आवाज झाला, म्हणून त्यांनी टाळ्या वाजवता-वाजवता मागे वळून पाहिले.

कमरेवर हात ठेवून कमळाबाई उभ्या होत्या.

त्यांना बघून सदाशिवराव एकदम दचकले. दोन्ही हात झट्‌कन पाठीमागे बांधून हसण्याचा प्रयत्न करीत ते म्हणाले, "आं? तू केव्हा आलीस?"

कमळाबाई ठसक्याने म्हणाल्या, "आले मघाशीच. का?"

"काही नाही. सहजच विचारलं आपलं."

"तुम्ही इथं टाळ्या वाजवीत कशाला उभे होता?"

"टाळ्या?– हा– हा, टाळ्या?" सदाशिवराव म्हणाले, "ते आपलं सहज. जरा हात खाजायला लागला म्हणून."

कमळाबाईंनी त्यांच्याकडे रोखून पाहिले. सदाशिवरावांच्या अंगावर एकदम काटा आला.

"अंघोळ झाली का?"

"न – नाही."

"मग इथं का उभे राहून वेळ घालवायला लागलाहात?"

"नाही, करतोच... ही जरा गंमत बघत उभा होतो. म्हणून –"

‘‘गंमत? त्या गंगीला बिचारीला मार बसतोय अन् तुम्हाला गंमत वाटते काय?’’

‘‘तसं नाही; पण तो मारत्या मोठा धाडसी दिसला.’’ सदाशिवरावांनी बोलण्याचे धाडस केले. त्याबरोबर कमळाबाई ओरडल्या –

‘‘हो, दारुडा मेला!... येऊ दे पुन्हा! म्हणजे त्याचं धाडस अन् हुशारी काढते बाहेर! चांगल्या चार मुस्कटात लगवायला पाहिजे होत्या. म्हणजे उतरली असती दारू खाडकन्! येईलच की पुन्हा. मग दाखवते त्याला – हं! तुम्ही रेंगाळू नका उगीच.’’

‘‘हा निघालोच! गरम पाण्याच्या दोन बादल्या घेऊ ना?’’

‘‘दोन नका घेऊ. एकच घ्या.’’

‘‘बरं.’’

– असे म्हणून सदाशिवराव ताबडतोब घरात आले. घाईघाईने त्यांनी कपडे काढले. मग तडकाफडकी त्यांनी न्हाणीघर गाठले आणि दार कडी लावून बंद केले; पण नुकत्याच पाहिलेल्या रोमहर्षक प्रसंगाने त्यांचे डोके इतके चढलेले होते की, त्या दिवशी त्यांनी बेधडक एक बादलीऐवजी दोन बादल्या गरम पाणी घेऊन अंघोळ केली.

/

## ९.
# गणपत पाटील

गणपत पाटील मोठा बघण्यासारखा गडी होता. उंचीनं बुटका, अंगानं जाड. पोट पुढं आलेलं. रंग हत्तीप्रमाणं काळाशुभ्र. चालायला लागला की, डुलायचा. पोटावरचं धोतर नेहमी खाली सरकत असायचं आणि गणपत ते सावरीत दोन्ही हातांनी पुन्हा कमरेला लावीत असायचा. डोळे इतके बारीक की, काही विचारू नका. जरा हसला की गालात बुडायचे आणि पाटील नेहमी आपला हसत असायचा. त्यामुळे नव्या माणसाला बराच वेळ त्याचे डोळे दिसायचेच नाहीत. हा माणूस सारखा डोळे झाकूनच, बगळ्याप्रमाणं बसलेला असतो की काय, अशी त्याला शंका यायची.

पाटलाला तसा उद्योग काहीच नव्हता. घरी पेवं ज्वारीनं भरलेली होती. रानात ऊस बारा महिने उभा होता. अजून म्हातारी आई घरचा कारभार बघत होती. तरणीताठी बायको चार-दोन लेकरांच्या खस्ता निमूटपणे काढत होती. गावात तसा समजूतदारपणा होता. मारामाऱ्या, भांडणे, तक्रारी क्वचित. त्यामुळं गणपतला उद्योग बेताचाच होता. सकाळ-संध्याकाळ एकदा रानात चक्कर मारून आलं म्हणजे त्याचं काम भागत असे. एरवी मग चावडीत बसून तलाठ्याकडनं नवं सरकारी फर्मान समजावून घ्यावं. नाही तर चारचौघं जमले तर गप्पा ठोकाव्यात, इकडच्या-तिकडच्या गोष्टी करून वेळ घालवावा, असा त्याचा कार्यक्रम असे.

गणपत पाटील तसा मोठा विनोदी माणूस होता. उगीचच हसत राहायचा आणि काही तरी गमतीदार बोलून लोकांनाही

हसवायचा. रस्त्यानं कुणी चालले, तर मुकाट्याने जाऊ द्यायचा नाही. एखादा बिचारा घाईघाईने जरी निघालेला असला तरी पाटलाला त्याची दाद नसायची. तो घाबऱ्या-घाबऱ्या त्याला एकदम हाक मारायचा.

"ए लेका, तुकाराम– इकडं ये. इकडं ये लवकर..."

तो बिचारा तुकाराम धावत-पळत यायचा. पाटलाला रामराम घालून विचारायचा, "का वं?"

"का वं म्हणून काय इचारतोस मर्दा, पोरगं गेलं तुजं परभाऱ्या रानात उसाच्या गाडीमागं आन् तू हितंच व्हय? झकास! तुला काय पत्त्या न्हाई ना?"

"न्हाई हो!" तुकाराम घाबरून मान हलवायचा. "मला काही म्हाईत नाही."

"तुम्हाला काय म्हाईत आहे? स्वराज्य मिळालं आपल्याला, ते तरी कुठं तुला ठाऊक हाय? मग झालं तर."

पाटील असं बोलला की, लोक हसायचे. त्यामुळे त्या माणसाला जास्तच शरमल्यासारखं वाटायचं. तो 'आ' तोंड करून बावळटासारखा सगळ्यांकडं पाहत उभा राहायचा. मग पाटील पुन्हा खेकसायचा, "अरे, हुभा काय ऱ्हायलास मिल्ट्रीवानी एकाच ठिकाणी? जा, पळ. पोराला हुडक जा. न्हाई तर आंधार हुईल आन् चुकंल पोरगं."

तुकाराम आपलं काम सोडून उसाच्या मळ्याकडं पळत गेला की, पलीकडच्या बखळीत खेळत असलेल्या त्याच्या पोराला बोलावून पाटील म्हणायचा, "लेका, बाप गेला तुजा ऊस खायाला आन् तू हितंच व्हय अजून? जा, पळ त्याच्यामागं. सोडू नगंस."

पोरगं नाकातला शेंबूड पुशीत, चड्डी वर सरकवीत धूम पळायचा. उसाच्या मळ्याची वाट धरायचा. थोडा वेळ गेला की पाटील कुणाला तरी पाठवून तुकारामाच्या बायकोला बोलावून घ्यायचा. गंभीर, चिंतातुर चेहरा करून म्हणायचा, "जनाबाई, अशी कशी भोळी बाई गं तू? नवरा कुठं जातो, काय करतो– म्हाईत हाय का तुला?"

जनाबाई डोक्यावरचा पदर नीट ओढून, तिरपं तोंड करून उभी राहिलेली असायची. ती रागाला यायची. म्हणायची, "मला काय सांगून जात न्हाईत, काय नाही. कामालाच जातो म्हणत्यात आन् निघतेत घरनं–"

"आता उसाच्या मळ्यात त्येचं काय काम हाय सांग? रानात खुरपणं-विरपणं चालू हाय. चार गावच्या तरण्याताठ्या बाया रोजगारावर आलेल्या असायच्या, त्यांच्या नादावर सुटत आसंल ह्यो गडी... आन् कुणाला संशोव येऊ नये म्हणून पोरगं नेलंय बरोबर आणखीन. म्हंजे त्याची बी शाळा बुडवली. आपला ह्यो धंदा. आता हाये का कार ह्यो?..."

पाटलाचे हे बोलणे ऐकल्यावर जनाबाई तिथं थांबते कशाला? 'त्याचा मुडदा उचलीन मी'... अशा शिव्या घालत, रडत-ओरडत ती धूम पळायची. सबंध रस्त्याने पळत जायची. थोडा वेळ हशा व्हायचा. मग घडीभरानं पाटील कुणाला तरी सायकलीवरनं तिकडं पिटाळायचा. काय प्रकार झाला, ते स्वत: बघून यायला सांगायचा. सायकलवाला अर्ध्या वाटेत जातो न जातो तोच सगळा प्रकार दिसायचा. पोरगं मोठमोठ्यांदा ओरडतंय, जनाबाई शिव्या घालतीय आणि तुकाराम दोघांच्याही नावाने ठणाणा करतो आहे. नवरा-बायकोची जोरात घनचक्कर चाललीय. अगदी हाणामारीपर्यंत पाळी. शेवटी सगळं लटांबर गावात परत यायचं. समक्ष रुजवात करायला परत पाटलाकडं यायचं. मग गणपत पाटील सगळ्यांची समजूत काढून घरी पाठवायचा. गड्यांना हुकूम करायचा, "एऽ भडव्या, बगत काय हुभा ऱ्हायलास गाडवासारखा? जा, घरचं दोन ऊस काढून दे लेकराला खायला. आन् जनाबाईला पायलीभर ज्वारी घाल जा, पळ. तुकाराम, ये येड्या, बस. पानतंबाखू खा."

आणि खरोखरच तुकारामाला पानतंबाखू मिळायची. त्याच्या पोराला दोन सबंध ऊस मिळायचे आणि जनाबाईच्या पदरात पायलीभर ज्वारी पडायची. ते गरीब कुटुंब खूश होऊन जायचं.

आणि गणपत पाटील मघाचा हाणामारीचा प्रकार आठवून-आठवून हसत बसायचा. एकसारखा हसत बसायचा.

असा हा पाटील मनानं दिलदार होता. अरेबियन नाईट्समधल्या खलिफासारखा. घटकाभर मौजमजा करून, पुन्हा सगळ्यांवर मायेची पाखर घालणारा. त्यामुळं इतकी थट्टामस्करी होऊनदेखील माणसं चिडत नसत, रागावत नसत. त्यांना उलट गणपत पाटलाबद्दल फार प्रेम आणि आपुलकी वाटे. त्यासाठी ते वाटेल ती गोष्ट करायला तयार होत.

मनानं उदार, मोकळा असलेला हा पाटील मोठा इरेसरीचा होता. एकदा मात्र तो चांगलाच बिथरला. इरेला पेटला. कोर्टदरबार करायची भाषा बोलू लागला. तसं पाहिलं तर कारण अगदीच साधं होतं. पाटलाच्या भावकीतल्या जवळच्या भाऊबंदांपैकी एक जण आजारी पडून मेला. तान्हं मूल असलेली त्याची रंडकी बायको मागं होती. तिनं कुणाला न सांगता-सवरता, कुणाचा सल्ला न घेता, माहेरच्या माणसांच्या मदतीनं आपली आपण शेती सुरू केली. त्याचं गणपत पाटलाला फार वैषम्य वाटलं. गावात राहून शेतकी करते आणि आपल्याला विचारीत नाही, म्हणजे काय? ही पद्धत झाली? मग आपण गावचे पाटील कशाला? बोडकी ती बोडकी अन् वर पुन्हा ही मिजास? ते काही नाही. बाई साडेशिटलीची दिसते. तिचा नक्षा उतरवलाच पाहिजे. तिला गावातनं पळवून लावलं पाहिजे, तरच नावाचा पाटील.

मग बरोबरच्या लोकांना तो म्हणाला, "कशी शेतकी करतीय सखूबाई, बगतो

मी. एक टुकडा जिमिनीचा पेरू दिला मी, तर बगा. न्हाई तर मिशी काढीन – हां.''

सखूबाई रस्त्यानं चालली की, तो मोठमोठ्यांदा बोलू लागला, ''एहेरे पठ्ठे! चालल्या बगा बोडकाबाय रानात. आदी म्हणावं, झिंज्या आवर; मग शेतकी कर.''

खरं म्हणजे पाटलाचा राग उगीचच होता. तिने पाटलाला थोडे फार विचारायला पाहिजे होते, ही गोष्ट खरी; पण तरीसुद्धा तिची ती स्वतंत्र होती. काय वाटेल ते करायला मोकळी होती; पण गणपत गडी ईर्ष्येबाज. त्यानं नाना परीनं तिचे वाभाडे काढायला सुरुवात केली. तिला ऐकू जाईल अशी टिंगल सुरू केली. तिला अगदी सळो की पळो करून सोडले. शेवटी बाई कंटाळली आणि गावातलं घर सोडून तिनं रानातच वस्ती केली. ही रोजची खटखट नको, म्हणून तिने रान धरले. तिथंच खोप घातली.

पाटलाला ही बातमी कळल्यावर तो खूश झाला. लढाईतली पहिली फेरी तरी आपणच जिंकली, असे त्याला बहुधा वाटले असावे. तो हसला आणि म्हणाला, ''कशी टवळी पळाली! आता रानातनं बी तिला उठवितो. आणखीन जरा मजा दावतो तिला.''

लोक म्हणालेसुद्धा, ''जाऊ द्या पाटील! काय बोडकीच्या मागं लागलाय! द्या सोडून.''

पाटील मान हलवीत म्हणाला, ''अहो, तसं नसतं. बाईमानूस आसून माझ्यासंगट डाव खेळतीया, म्हंजे काय? तिला दावायला पायजे हिसका एकदा.''

आणि खरोखर पाटलानं तिला धारेवरच धरलं. नाना प्रकारांनी त्रास द्यायला सुरुवात केली. सामाईक बांधाचा फायदा घेऊन बांध रेटल्याची तक्रार सुरू केली. तिच्या रानात शिरून गुरं पिकात घातली. एकदा तर सरळ तिने रचून ठेवलेली गंजीही पेटवून दिली. ती बाईही बहाद्दर! तिने त्याला दाद तर दिली नाहीच; पण सरळ कोर्टात फिर्याद दाखल केली. जमिनीची नीट मोजणी होऊन पुन्हा सक्करनिकर वाटणी व्हावी, असा तिने दावा केला. पाटीलही इरेसरीला पेटला. त्यानेही वकील दिला. बाई करीत असलेले रानही आपलेच आहे; तिने बळाने ते बळकावले आहे, तेव्हा तेच परत मिळावे, अशी त्याने मागणी केली. बरेच दिवस हे भांडण पेटले. दोन्ही बाजूंनी पुष्कळ साक्षीपुरावा झाला. तारखा पडल्या. पाटलाचे बरेच पैसे कोर्टकामात खर्च झाले; पण पाटलाला त्याची पर्वा नव्हती. तो वकिलाला म्हणाला, ''रुपये हजार तिथं दोन हजार; पण बाई पळवून लावा. बायामानसांनी पाटलाबरुबर भांडान खेळावं, म्हंजी कसला काळिमा ह्यो मला!''

वकील समजुतीच्या सुरात पहिल्यांदा म्हणाले, ''पाटील, हे अवघड काम आहे. बाईची बाजूच खरी दिसणार कोर्टात –''

''खरी दिसणार म्हंजे –?'' पाटील तांबडालाल होऊन बोलला, ''आवो,

हायेच तिची बाजू खरी. न्हाई कोन म्हणतंय?''

''आन् मग भांडण का?''

''ते न्हाई तुमाला कळायचं. मी पाटील हाय. बायामानसांनी आमच्यासंगं भांडावं, म्हंजे काय अब्रू ऱ्हायली आमची? काय सांगू नका. कडंपत्तुर न्यायचा ह्यो दावा.''

वकिलाला काय– पक्षकाराने एवढा आग्रह धरल्यावर तो बिचारा काय म्हणणार? त्यानं शेवटपर्यंत खटला लढवला. कायद्याचा कीस पाडला. आर्ग्युमेंट केले. दोन्ही बाजूकडील काम संपले आणि निकालावर तारीख पडली. तेव्हा त्याने सरळ पाटलाला सांगितलं की, निकाल आपल्या बाजूने लागण्याचा यत्किंचितही संभव नाही. उगीच प्रकरण जास्त वाढविण्यात काही अर्थ नाही.

हे ऐकल्यावर गणपत पाटील थोडा वेळ गप्प बसला. त्याच्या तोंडावर निराशा पसरली. मग डोळे बारीक करून तो वकिलाला म्हणाला, ''झाला इरुध निकाल तर हूं द्या; पण तसं मला पाकिटातनं कळवा. लोकास्नी कळू नये हे, म्हजे झालं. आन् आपल्या बाजूनं लागला, तर मातुर कार्डावर पाठवून द्या.''

– आणि एवढं बोलून पाटील गावी परत आला. निकाल पाकिटातनं आल्याबरोबर त्यानं सखूबाईची कोप धडाधड पाडली. तिच्या गड्या माणसांना दम देऊन पळवून लावलं. जिकडं-तिकडं दंगा उडवून दिला. शेवटी निकाल अनुकूल लागूनही पराभूत झालेली ती बाई पुन्हा तान्हं पोर घेऊन पाटलाच्या पायाशी आली. पोरगं त्याच्या पायावर घातलं. हात जोडून केविलवाणेपणानं म्हणाली, ''पाटील, तुमी मोठी माणसं; मी बाईमानूस. करून करून किती बरुबरी करणार? बेडकी फुगली म्हून काय बैल होत न्हाई. द्या सोडून. पाया पडते मी तुमच्या.''

हे ऐकल्यावर गणपत पाटील गदागदा हसला. त्याने ते तान्हे पोर उचलून वर घेतले. त्याचा मुका घेतला. बाईला म्हणाला, ''आगं, उगी गंमत केली म्या. मला काय कळत न्हाई व्हय?''

आणि जवळ बसलेल्या आपल्या माणसाकडं पाहून तो ओरडला, ''काय बगताय गाडवीच्यांनो तोंडाकडं? जावा लवकर. बाईचा कोप हुभा करून द्या. आन् दोन-पाच गडीमाणसं घेऊन तिचं खळंबी करून द्या– पळा.''

## १०.
# निकाल

श्रीयुत उघडे हे नामांकित वकील होते. अनेक प्रकारच्या महत्त्वाच्या खटल्यांत त्यांनी कामे केली होती आणि त्यात चांगले यशही मिळविले होते. दिवाणी आणि फौजदारी दोन्ही बाजू त्यांच्या भक्कम होत्या. जितका खटला गुंतागुंतीचा, तितका तो घेण्यामध्ये आणि लढवण्यामध्ये त्यांना ईर्षा चढत असे. त्यासाठी ते कायद्याचा कीस तर काढीतच असत, पण त्याखेरीज बाहेरचे उपायही करीत असत. किंबहुना, त्यासाठीच त्यांची विशेष प्रसिद्धी होती. नव्या मुन्सफाशी ओळख कशी करून घ्यावी, त्याच्या घरी आपला राबता कसा ठेवावा, वेळप्रसंगी त्याची मूठ कशी दाबावी, याचे कसब त्यांच्या अंगी पुरेपूर होते. त्यामुळे निकाल पुष्कळदा त्यांच्या बाजूने लागत आणि मग त्यांचा जास्तच लौकिक होई. पक्षकारांची तोबा गर्दी त्यांच्या घरी लोटे. वकीलसाहेबांना सपाटून पैसे मिळत. थोडक्यात सांगायचे म्हणजे, श्रीयुत उघडे वकील यांचे बस्तान चांगले बसले होते. एकदा त्यांच्या हाती काम सोपविले म्हणजे झाले– आपण खुशाल डोळे मिटून झोपावे अशी त्यांच्याविषयी पक्षकारांची श्रद्धा बसली होती.

आज गणपत वाघमोडे याच हिशेबाने त्यांच्याकडे आला होता. त्यांच्यासमोर सतरंजीवर मांडी घालून बसला होता.

गणपतचे काम तसे सरळ होते. वयाच्या तीस-पस्तिसाव्या वर्षी तो एका म्हातारीला दत्तक गेला होता. मागाहून लगेच म्हातारी गचकली होती आणि तिची सगळी इस्टेट गणपतला मिळाली होती.

बाजू अगदी स्वच्छ होती; पण विरुद्ध बाजूच्या लोकांचे काही निराळेच म्हणणे होते. त्यांचा दावा असा होता की, दत्तकविधान मुळी झालेच नाही. ते व्हायच्या आतच म्हातारी आटोपली. ती मेल्यावर हा जवळचा नातेवाईक असल्यामुळे याने मुडद्याचा अंगठा घेऊन खोटे कागदपत्रं तयार करून घेतले. सगळे खोटे साक्षीदार उभे केले. दत्तकविधान झालेले नसतानाच झाले म्हणून हूल उठवली आणि म्हातारीची इस्टेट ताब्यात घेतली. तेव्हा गणपतचा इस्टेटीवर खरा हक्क नसून आमच्या अशिलाचा आहे; तोच म्हातारीचा जास्त जवळचा नातेवाईक आहे, प्रत्यक्ष नातूच आहे. तेव्हा त्याला सगळा जमीनजुमला मिळावा.

खटल्याची ही हकिगत थोडक्यात अशी होती. गणपतची बाजू कागदोपत्री अगदी बरोबर होती. तरी पण त्याने उघडे वकिलाकडे काम द्यायचे ठरवले होते. चार पैसे जास्त गेले तरी हरकत नाही; पण थोडक्यासाठी उगीच विचका व्हायला नको, असा त्याचा हिशेब होता. म्हणूनच तो उघडे वकिलाकडे आज आला होता.

नाकावर चष्मा ठेवून वकीलसाहेब बराच वेळ त्याचे कागदपत्रं चाळीत होते. त्यांची मुद्रा अगदी गंभीर होती. समोर असलेले कूळ जितके पैसेवाले असेल, त्या मानाने उघडे वकिलांचा चेहरा कमी-जास्त गंभीर होत असे. गणपत वाघमोडे हे कूळ चांगलेच चिकणे आहे ते त्याच्या जरीच्या रुमालावरून, हातातल्या अंगठीवरून स्पष्ट दिसत होते. त्यामुळे वकीलसाहेबांचा चेहरा अधिकाधिक गंभीर होत होता. त्यामुळे गणपतचाही चेहरा जास्ती जास्ती कसनुसा होत होता. आता वकीलसाहेब काय म्हणतात, ते बघण्यासाठी किती तरी वेळ तो तोंडाचा 'आ' करून बसला होता.

शेवटी वकीलसाहेबांचे सगळे कागदपत्रं पाहून झाले. नाकावरचा चष्मा सावरून ते एकदम खाकरले. त्रासिक मुद्रेने त्यांनी गणपतकडे पाहिले. मग पुन्हा कागपत्रांकडे पाहिले. थोड्या वेळाने ते पुन्हा खाकरून म्हणाले, "हं, मग काय म्हणताय, वाघमोडे तुम्ही?"

गणपत चाचरत म्हणाला, "म्हणायचं काय? कसं काय होईल सांगा, म्हणजे झालं."

"कठीण आहे."

"म्हंजे?"

"खटलं चालवायला अवघड आहे."

"आवो, म्हणून तर तुमाकडं आलोय –"

गणपत हसला, पानाने रंगलेले त्याचे लालभडक दात दिसले; पण काय हुशारीचे बोल तोंडातून काढलेत, असा काहीसा अर्थ त्याच्या हसण्यात होता. वकीलसाहेब निर्विकार तोंडाने म्हणाले, "ते सगळं ठीक आहे; पण तुमची बाजू भक्कम नाही."

"मस्त भक्कम आहे. शंभर मानूस गावातलं माझ्यामागं आज उभा हाये. अगदी करवेल."

“तसं म्हणत नाही मी. पुरावा तुमचा बरोबर नाही. कोर्टात टिकायला कठीणच आहे.”

– असे म्हणून वकीलसाहेबांनी त्याला आपले म्हणणे समजावून सांगितले. गणपतच्या बाजूने साक्ष देणारे पुष्कळ लोक तयार होते, ही गोष्ट खरी. दत्तकविधान आम्ही डोळ्यांनी पाहिले असे ते निश्चितपणे सांगतील, हीही गोष्ट खरी; पण उलटतपासणीत अशी माणसे कितपत टिकतात, हे सांगणे कठीण आहे. बहुधा टिकत नाहीत. दुसऱ्या वकिलाला त्यांच्या साक्षीत पुष्कळ फटी सापडतील. मुख्य म्हणजे, दत्तकविधानाचा एकही फोटो नाही. पुढे काही भानगडी होऊ नयेत म्हणून अशा प्रसंगाचा फोटो काढण्याची पद्धत आता सर्रास रूढ आहे. मग याच वेळेला फोटो का काढला नाही, असा मुद्दा उपस्थित होईल. त्याचे उत्तर समाधानकारक देता येणार नाही.

वकीलसाहेबांनी इतके सगळे पुराण सांगितले, तेव्हा गणपतच्या डोक्यात जरा उजेड पडल्यासारखे दिसले. माना हलवून-हलवून त्याने तो उजेड बाहेर दाखवला. सरतेशेवटी तो म्हणाला, “आवो, खरंच हाये तुमचं. काम आवघडच हाये.”

“मग तेच सांगतोय मी मघापासून.”

“बरं, मग कसं कसं करावं म्हणता?”

“कसं काय करावं?”

वकीलसाहेबांनी डोळे आत नेऊन विचार केला. कपाळाला आठ्या घालू ते गप्प बसून राहिले.

गणपत खालच्या सुरात म्हणाला, “अशीच काय तरी आडी करायची. बराबर पायंटावर मारायचं– हाय काय न् न्हाई काय!”

“अरे, इतकं सोपं नाही ते–”

वकीलसाहेब एवढेच बोलून गप्प बसले. गणपतही त्यांच्याकडे बघत थांबला. थोडा वेळ कुणीच काही बोलले नाही. मग हळूहळू गणपत सतरंजीवरून वकीलसाहेबांच्या गादीकडं सरकला. चांगला हातभर जवळ आला. अगदी खासगी आवाज काढून बोलला, “आसं करा की–”

वकीलसाहेबांनी नुसत्या भिंवया वर उचलून विचारले,

“कसं?”

“मुन्सफसाहेबाचा आदमास घ्या की.”

“म्हणजे?”

“आवो, पाचशे तिथं हजार. मग काय हरकत हाये का?”

“छे: छे:! ते नाही जमायचं.”

उघडे वकिलांनी घाईघाईने मान हलवली. स्पष्ट नकार दर्शविला. उघडे वकिलांची ही भूमिका अगदी नवीच होती. असल्या गोष्टीला आजपर्यंत त्यांनी कधी नकार दिला नव्हता. उलट, अशा गोष्टीवरच त्यांचा भर अधिक असे. त्यामुळे त्यांनी ‘नाही’

म्हणावे, या गोष्टीचे आश्चर्य वाटले.

"का वो? काय झालं?"

"ऊं हूं, जमायचं नाही."

"का, काय झालं काय?"

उघडे वकील डेस्कावर बोटे वाजवीत जरा वेळ थांबले. मग म्हणाले, "सध्या नवा साहेब आलाय कोर्टात."

गणपतला काही कळले नाही.

"बरं मग? येऊ द्या की आला तर."

"तसं नाही. साहेब कडक आहे.

"आसं व्हय? हात्तिच्या! मग शे-दोनशे आणखी वतू. त्यो कडक, तर आपुनबी कडक."

"उगीच काही तरी बडबड करू नका." वकीलसाहेब त्रासले. "तसं असतं तर मग फारशी भानगड नव्हती. मग तुम्हाला सरळच सांगितलं नसतं का, अमुकअमुक पैसे आणा अन् चालू लागा? मग एवढं गुऱ्हाळ कशाला लावलं असतं मी?"

"हां, हां –"

"साहेब अजिबात पैसा खात नाही."

"आसं?"

"कुणी पैसा द्यायला गेला, तर त्याच्याविरुद्ध निकाल देतोय धाड्कन."

"आरं तिच्या बायली साहेबाच्या मी!"

"या दोन-तीन महिन्यांत दहा-पाच जण खेटरं खाऊन आलेत, समजलं?"

"आयला, हलकटच दिसतोय ह्यो साहेब."

"काय वाटेल ते म्हणा. आहे हे असं आहे, म्हणून तर पंचाईत झालीय सध्या फार."

उघडे वकिलांनी नंतर गणपतला पुष्कळ गोष्टी सांगितल्या. हा नवा आलेला जज्ज फारच विचित्र माणूस होता. तो अगदी वेळेवर कोर्टात येतो आणि पाच वाजेपर्यंत सारखा काम करीत बसतो. कुणाला तोंडातनं ब्र काढू देत नाही. अगदीच कारण पडलं तर पुढची तारीख देतो, एरवी धडाधड एकतर्फी निकाल देऊन मोकळा होतो. मागची तुंबलेली सगळी कामे त्याने दोन महिन्यांत मोकळी केली. पैशाला तर तो चुकून हात लावीत नाही. कुणालाही तो घरी येऊ देत नाही. कुणी तसं भेटायचा प्रयत्न केलाच, तर तो अपमान करायलाही मागेपुढे पाहत नाही. असा मोठा विचित्र माणूस आहे. त्यामुळे वकील लोक अगदी गांजून गेले आहेत. सगळ्या पक्षकारांचेही धाबे दणाणले आहे. गेल्या दोन महिन्यांत कोर्टात अगदी हाहाकार माजला आहे. त्यामुळे गणपतचे काम केवळ कायद्याच्या मुद्द्यावर चालले तरच चालणार, एरवी

नाही आणि आपली कागदोपत्री पुराव्याची अन् इतर बाजू फारशी काही बळकट नाही. म्हणून काम अवघड आहे. निकाल काय होई; सांगणे कठीण आहे.

उघडे वकिलांनी इतका सगळा मजकूर गणपतच्या डोक्यात पुन: पुन्हा कोंबला, तेव्हा कुठे गणपतला उलगडा झाला. काम कठीण आहे, असे वकीलसाहेब सारखे का म्हणत आहेत, ते त्याच्या नीट ध्यानात आले. अरेच्या! म्हणजे असे होते तर! ही भानगड आहे? साहेबाला काय पाहिजे ते देऊन हे काम सरळ वाटेला लागेल, असे दिसत नाही. काय चमत्कारिक माणूस आहे! पैसे घेत नाही म्हणजे कमाल झाली मग!

डोके खाजवीत गणपत बराच वेळ बसून राहिला. उघडे वकीलही गंभीर मुद्रा करून डेस्कावर बोटे वाजवू लागले. एक प्रकारची विचित्र शांतता त्या ठिकाणी पसरली.

मग एकाएकी गणपतच्या डोक्यात एक कल्पना आली. डोळे मोठे करून तो एकदम बोलला, "मग आसं केलं तर? –"

"कसं?"

"साहेब, पैसे घेत नसला तर न घीना. आपण एक हिऱ्याची आंगठी त्याच्या बोटात घालू. काय?"

वकीलसाहेब चिडखोर मुद्रा करून म्हणाले, "म्हणजे काय होईल?"

"आपलं काम होईल. दुसरं काय?"

"तुझ्या डोक्यात काय बटाटे आहेत, का कांदे?"

उघडे वकिलांनी हा प्रश्न इतक्या रागाने आणि तीव्र सुरात उच्चारला की, गणपत एकदम वरमलाच. थोडासा गांगरून तो म्हणाला,

"का, काय झालं?"

"गाढव आहेस झालं! अरे, अंगठी ते घालतील कशी?"

"आधी माप न्हाई मिळायचं न्हाई का? मग अदमासानं माप घेऊ. न्हाई तर वेढ्याची अंगठी बनवू. कमी-जास्त होती ती."

"हा हा –"

उघडे वकिलांनी असा काही चेहरा करून मान हलविली की, आपले काही तरी चुकले असले पाहिजे, हे गणपतच्या लक्षात आले. तो गप्प बसून राहिला. पुढे काही बोललाच नाही. वास्तविक तो पुढे असे म्हणणार होता की, अंगठी जमत नसली तर राहिली; पण झकास दहा-बारा तोळ्यांची मोहनमाळ करू आणि साहेबाच्या बायकोला देऊ. येऊन-जाऊन काय– साहेब पैसे खात नाही, एवढेच ना? राहिले पैसे; पण मोहनमाळ द्यायला तर काही हरकत नाही?...

गणपत असे काही तरी हुशारीने बोलणार होता; पण वकीलसाहेबांची संतप्त मुद्रा पाहून तो बिचकला. मग वकिलांनी त्याला हळूहळू समजावून सांगितले की, जो माणूस पैसे घेत नाही, तो अंगठी कशी घेईल? पैसे आणि अंगठी याचा अर्थ

एकच आहे. तसा काहीही उद्योग आपण केला, तर आपलेच नुकसान होईल. निकाल निश्चितपणे आपल्या विरुद्ध लागेल.

मग गणपतने पुन्हा एकदा डोके खाजविले.

"बरं मग, आसं केलं तर–"

"कसं?"

"फळाबिळाची करंडी पाठविली तर? उगी आपली भेट म्हणून. मधूनआधून भाजीपाला. का तेबी न्हाई चालायचं?"

"नाही चालायचं."

"मग आता कसं काय करावं म्हणता?"

"तोच विचार करतोय –"

उघडे वकिलांनी बराच वेळ विचार केला. कपाळाला आठ्या घातल्या. डोळे मिटले, उघडले; पण काही सुचले नाही. शेवटी त्यांनी सांगितले की, आता साक्षीदार आणि कागदपत्रं यांच्या आधारावर कोर्टात जसे होईल तसे होईल. दुसरा मार्ग काही दिसत नाही. तेव्हा काम बरेच किचकट आहे, अवघड आहे. एरवी पैसे कमी घेतले असते; पण आता डोके चालवायला पाहिजे. कायद्याचा कीस काढायला पाहिजे. तेव्हा त्या दृष्टीने पैसे व्यवस्थित दिले पाहिजेत, तर हे काम हाती घेतो. शिवाय निकाल आपल्या बाजूने लागला तर वर झकास बक्षिशी दिली पाहिजे. इतके सगळे कबूल असेल, तर पाहा.

गणपत म्हणाला, "कामाचं काय पैसं असतील ते देतो. बक्षिशीचं बगू मागाहून. काय?"

"बरं, मग कसं ठरवायचं? तारखेवर का उक्तं?"

"उक्तंच ठरवा. म्हंजे मला किरकिट नगं दर बारीला."

"तसं का होईना."

मग वकिलसाहेबांनी उक्ते चारशे रुपये सांगितले, गणपतने थोडी घासाघीस केली. दोघांचा थोडा वेळ संवाद झाला. मग तीनशे ठरले. बक्षिसाची रक्कम दोनशे ठरली. गणपतने मागाहून पाहू म्हणून सांगून बघितले; पण ते जमले नाही. तेव्हा मुकाट्याने 'होय' म्हणून मोकळा झाला. आणखी असेच काही तरी बोलणे झाले. मग वकीलसाहेब आपल्या दुसऱ्या कामाला लागले. गणपत उठला, बाहेर पडला आणि सरळ गावाकडे गेला.

खटला कोर्टात उभा राहिला. साक्षीदारांच्या जबान्या झाल्या. उलटतपासणीसाठी कागदपत्रांची छाननी झाली. दोन्ही बाजूच्या वकिलांनी शक्य तेवढी धडपड केली. शेवटी आर्ग्युमेंटवर तारीख पडली.

आदल्या दिवशी रात्री गणपत पुन्हा वकिलाकडे आला. त्याने जवळजवळ राहिलेले सगळे पैसे चुकते केले. फक्त पन्नास रुपये राहिले. मग हात झाडून तो म्हणाला.

''वकीलसाहेब, आता राहिलेले पैसे एवढे सोडा. आन् आणखी एक करा–''

उघडे वकील उघड्या अंगाने वारा खात तक्क्याला रेलून बसले होते. मधून मधून हुश् करीत तोंडातून वारा सोडून ते म्हणाले, ''काय बुवा?''

''आता बक्षिशीची रक्कम तेवढी मागू नका, म्हंजी झाले.''

जवळजवळ सगळे पैसे मिळाल्यामुळे उघडे त्या दिवशी खुशीत होते. हसत हसत ते म्हणाले,

''अरे, निकाल तर लागू दे. निकाल आपल्यासारखा लागला, तर मग दे. मग झालं?''

''तसं नव्हं.''

''मग?''

''न्हाई. निकाल जरी आपल्यापरमानं झाला तरी एवढं पैसं नगा मागू. लई पैका गेलाय माझा.''

साक्षीदारांचे जाणे-येणे, त्यांची जेवणे, इतर चैन यांत नेहमीच पैसा जातो. पक्षकार तिथेच थबकतो. वकीलसाहेबांना हे सगळे माहीतच होते. शिवाय आपली फी, गणपतचे हेलपाटे... पुष्कळ पैसे गेले असतील. त्यात खोटे काहीच नाही. खटल्याचा निकाल पुन्हा काय होणार, ते दिसतेच आहे. बहुधा आपल्या विरुद्ध होणार. गणपतची इस्टेट सगळी त्याच्या हातून नक्की जाणार, तोच बोंबलभिक्या होणार; तिथे बक्षीस कसले आले आहे कपाळाचे! नका मागू तर नका मागू! नाही तरी आपला काय तोटा होणार आहे मोठासा? फीचे पैसे मिळालेच आहेत सगळे. आता आणखी नाही मिळणार, तर राहिले. हे आपण त्याला आधीच सांगितले असते, तर हेही फीचे पैसे मिळाले नसते. करू खटपट, होईल निकाल आपल्यासारखा असे, म्हणून आपण अडीचशे रुपये तरी काढले आहेतच. आता आणखी नाही मिळणार, एवढेच ना? ठीक आहे.

श्रीयुत उघडे वकील यांच्या बेरकी डोक्यात असे विचार आले. मग त्यांनी आणखीनच हसतमुख तोंड केले. बोलण्यात सहानुभूती व्यक्त केली.

''एवढंच ना? बरं, चल. दिली सूट तुला. मग झालं?''

गणपतने हात जोडले. 'मोठे उपकार झाले तुमचे' असा चेहरा केला.

''मग पैसं चुकतं झालं तुमचं. आता काय ऱ्हायलं न्हाई.''

''काही नाही.''

''मग जाऊ का मी?''

"हो, खुशाल!"

मग गणपत उठला. रामराम करून बाहेर पडला.

दुसऱ्या दिवशी दोन्ही वकिलांची भाषणे झाली. दोघांनीही शक्य तेवढी आपली बाजू सांभाळली. साहेबांनी एकसारखी टिपणे घेतली आणि मग अखेरीस निकालावर तारीख पडली.

निकालाची तारीख पंधराच दिवसांनी होती. हे पंधरा दिवस फार भरभर गेले आणि मग साहेबांनी निकाल हातात दिला.

उघडे वकिलांनी निकालाचे कागद पाहिले आणि त्यांना मोठा धक्का बसला. निकाल त्यांच्या बाजूने झाला होता. गणपतचे दत्तकविधान खरे ठरले होते. कायदेशीर ठरले होते.

गणपत कोर्टात आलाच होता. त्या मधल्या पंधरा दिवसांत तो उघडे वकिलांना अजिबात भेटलाही नव्हता. आजही तो एका बाजूस उभा होता. तो खुशीत दिसत होता. बरोबर आलेल्या चार गाववाल्यांबरोबर पानतंबाखू खात गप्पा हाणीत होता. आपल्या वकिलाला भेटावे, असा त्याचा काही रागरंग दिसत नव्हता.

मग वकीलसाहेबांना एकदम वाटले की, आपणच त्याला भेटले पाहिजे. ध्यानी-मनी कल्पना नसताना आपल्यासारखा निकाल लागलेला आहे. तोही खुशीत दिसतो. बहुधा लेकाच्याने कारकुनाकडून निकाल माहीत करून घेतलेला असावा. तरीच स्वारी खुशीत आहे. आता याच वेळी आपले काम साधले पाहिजे. बक्षिसाची रक्कम देऊ नको असे आपण म्हटले खरे; पण ते चुकलेच. आपण तसे कबूल करायला नको होते. फीच्या पैशांतही पन्नास रुपये कमी केले, ही फार घोडचूक झाली. अशी सवलत आपण दिली तरी कशी? आता निदान ही वेळ साधावी. शे-दोनशे काढता आले तर पाहावे.

मग उघडे वकील तुरूतुरू चालत गणपतकडे गेले. पाठीवर एकदम थाप मारून प्रेमळपणाने म्हणाले, "अरे, काय चाललंय काय? निकाल इकडं आपल्यासारखा लागलाय अन् तुम्ही भेटतबिटत नाही, म्हणजे काय? आँ?"

गणपत हसला. तोंड भरले असल्यामुळे तो थोडा वेळ न बोलता थांबला. मग दोन बोटांच्या फटीतून बरोबर एक धारदार पिचकारी सोडून म्हणाला, "आसं झालं खरं वकीलसाहेब."

"छान झालं! उत्तम, झकास."

"हा, हा."

"मी केलेल्या मेहनतीचं चीज झालं."

यावर गणपत काहीच बोलला नाही. त्याने पुन्हा एकदा 'हा हा' करून मान

हलवली; झाले.

मग वकीलसाहेबांना राहवेना. आणखी प्रेमळ आवाज काढून ते म्हणाले, ''मग काय, गणपतराव? आता बक्षिसी दिली पाहिजे, बरं का?''

ते ऐकून शुष्क आवाजात गणपत बोलला, ''बक्षिशी? आता कसली आलीय बक्षिशी? त्या वक्तालाच न्हाई का समदा हिशेब झाला?''

''होय, पण –?''

''आता काय देयाचं ऱ्हायलं न्हाई.''

''वा वा! म्हणजे काय! मी एवढं जीव तोडून मेहनत केली, म्हणून झालं. नाही तर तू पैसे देऊन काम करायला निघाला होतास. ते जमलं असतं का? तूच सांग.''

''तसंच जमलं शेवट वकीलसायेब; तुमचा कायदा न्हाई उपयोगी पडला शेवटला.''

उघडे वकील एकदम चकित झाले, ''म्हणजे? काय म्हणतोस काय?''

''व्हय.''

''साहेबाला पैसे दिलेस तू?''

''देऊन बगितलं, पर घेतले न्हाई लेकाच्यानं.''

''आं? आणि तरी तुझ्यासारखा निकाल झाला?''

''व्हय की.''

वकीलसाहेबांना काहीच कळेना. ते खुळ्यासारखे गणपतकडे बघतच राहिले. मग गणपतच म्हणाला, ''साहेब पैसे खात न्हाई म्हून तुमीच बोलला न्हवं?''

उघड्यांनी निमूटपणे मान हलवली.

''होय.''

''कुनी पैसे द्यायाला लागलं तर निकाल विरुद्ध देतो त्यो; व्हय का न्हाई?''

''होय की.''

''मग तीच आडी केली म्या.''

''काय केलीस?''

डोळे बारीक करीत गणपत उघडे वकिलांजवळ सरकला, मिश्कील आवाजात हळूच म्हणाला, ''मी दुसऱ्या माणसाबरोबर पैसे लावून दिलं त्येंच्याकडं. नाव मात्र सांगितलं विरुद्ध बाजूचं. मग जे साहेब भडाकलाय म्हनता! अरारारा! काय इचारू नगा. न्हाई न्हाई त्ये बोलला त्या माणसाला. पुन्हा फळांची करंडी पाठवली, भाजी पाठविली. जास्तच भडकला गडी. मग काय, निकाल आपल्यासारखा!''

# ११. माझ्या विनोदाची उलटतपासणी

कथालेखनाच्या क्षेत्रात प्रवेश करून दहा-बारा वर्षे झाली. या एका तपात शंभर गोष्टींची बेगमी केली. शतकाला एखादीदुसरी कमी असेल, इतकेच; पण हे शतक लवकरच होईल. क्रिकेटपटूसारखा लेखक काही केव्हाही बाद होऊ शकत नाही, ही एक मोठीच (गैर)सोय आहे. कथा आणि कविता पाचुंद्याने बांधण्याच्या या काळात शंभर गोष्टी म्हणजे फार मोठा पराक्रम नव्हे, हे खरे आहे; पण तरीही शंभर गोष्टी लिहिणे, त्या संपादकांकडून परत न येता प्रसिद्ध होणे आणि यातील काही वाचकांच्या पसंतीला उतरणे, ही गोष्टही काही तितकीशी सोपी नाही. नव्या उमेदीच्या लेखकाला अंतर्यामी समाधान वाटावे, असे हे चित्र आहे. अशा वेळी आपण किती पल्ला गाठला, कसा कसा प्रवास केला, हे पाहणे अनेक दृष्टींनी मनोरंजक आणि उपयुक्त होईल, असे वाटते.

परिचयाच्या शब्दांत सांगायचे म्हणजे, माझे लेखन – बरेचसे लेखन – 'ग्रामीण आणि विनोदी' आहे! 'विनोदी लेखक' ही पदवी हलकीसलकी नाही. ती मिळविण्यासाठी तपश्चर्या करावी लागते. निसर्गाचे मूळचेही काही देणे लाभावे लागते. या परीक्षेत कॉपी करून पास होता येत नाही. स्वत:चे वेगळेपण सिद्ध करावे लागते, स्वत:चे स्वतंत्र नाणे पाडावे लागते; तरच ही पदवी मिळते. ही पदवी मी कमावली आहे, अशी माझी समजूत आहे. पण मी विनोदी लेखक कसा झालो? माझ्या लेखनात खरोखरीच विनोद आहे की आपला 'इनोद' आहे? माझ्या लेखनाचे आणि विनोदाचे

काही वेगळेपण आहे काय? असल्यास ते कोणते? –अशा अनेक प्रश्नांची उत्तरे मला शोधली पाहिजेत. आजपर्यंत हे प्रश्न मी स्वत:ला कधीही विचारले नव्हते. विचारण्याची कधी गरजच पडली नव्हती. मी सरळ कथा लिहीत होतो, विनोद लिहीत होतो आणि हात झाडून मोकळा होत होतो. स्वत:चीच उलटतपासणी करण्याचा प्रसंग मी अजूनपर्यंत कधी स्वत:वर ओढवून घेतला नव्हता; पण ही उलटतपासणी आज केली पाहिजे. खरी उत्तरे दिली पाहिजेत. आणि त्यासाठी 'जन्म, बालपण आणि शिक्षण' या प्रकरणात समाविष्ट होणारे माझे आयुष्य नीट न्याहाळून पाहिले पाहिजे.

मी विनोदी लेखक कसा झालो, हे पाहताना मी लेखक कसा झालो, हे आधी पाहिले पाहिजे. निसर्गाने काही गोष्टी दिलेल्या असल्या तरी शिक्षण, संस्कार, वातावरण यांनीच मुख्यत: माणूस घडत असतो, असे म्हणतात. लेखकाचे वेगळेपणही याच गोष्टींनी पुष्कळदा ठरते. तो ज्या वातावरणात वाढतो, ज्या सवयी त्याला लागतात आणि जे अनुभव त्याला येतात; त्यांनी त्याच्या बुद्धीची मशागत होते. त्याची शक्ती विशिष्ट प्रकाराने वाढते आणि मर्यादितही होते. त्या दृष्टीने पाहिले तर असे दिसते की, लहानपणी माझ्या आवडीच्या दोन गोष्टी होत्या– पुस्तके आणि गप्पा. जसे वाचायला येऊ लागले तसा मी पुस्तके वाचू लागलो आणि दिवसरात्र वाचत राहिलो. एखाद्या वाळवीने दिसेल त्या पदार्थाचा फडशा पाडावा, तसा मी दिसेल त्या पुस्तकाचा निकाल लावीत असे. मग ती कादंबरी असो, नाटक असो किंवा न समजणाऱ्या विषयावरील एखादा गलेलठ्ठ ग्रंथ असो. कळो न कळो; जे समोर दिसेल, ते पुस्तक नाकाला लावून त्याची पानांवर पाने उलटायची, ही मला सवयच लागून गेली होती. हे माझे वाचन तडाखेबंदपणे घरी तर चालत असेच, पण शाळेतही चाले. दिवसा चाले तसे रात्रीही चाले. कंदिलापाशी किंवा चिमणीशी बसून रात्री एकेक दोन-दोन वाजेपर्यंत वाचत बसण्याच्या नादापायी मला खूप बोलणी खावी लागत. घरच्या दृष्टीने मी एक नादिष्ट व भ्रांतिष्ट मुलगा होतो आणि या उपद्व्यापातून डोळे बिघडवून घेण्यापलीकडे काही निष्पन्न होणार नव्हते; पण त्यांच्या या निषेधाला दाद देण्याइतके माझे वाचनवेड लेचेपेचे नव्हते. त्यांनी विरोध केला की, 'की तोडिला तरु फुटे आणखी भराने' या तत्त्वानुसार मला अधिकाधिक चेव येत असे.

सुदैवाने पुस्तकांचा एक मोठा खजिनाच मला एके ठिकाणी सापडला. आमच्या शेजारी 'सुरस ग्रंथमाला' या जुन्या प्रकाशन संस्थेचे चालक श्री. व्होरा वकील हे राहत असत. 'माले'च्या पुस्तकांनी भरलेली एक मोठी खोली त्यांच्या घरात होती. मला ते एक मोठे घबाड सापडले. पहिल्यांदा या खोलीत मी

गेलो आणि तिथली शेकडो पुस्तके पाहिली, तेव्हा चोरांच्या गुहेतले चमकणारे जडजवाहीर पाहिल्यावर अलिबाबाला जे काही वाटले असेल, ते मला वाटले. माझा वाचनाचा 'गंड' त्याही लोकांना ठाऊक होता. त्यामुळे मला त्या खोलीत जाण्याची बंदी करण्यात आली; पण एखाद्या सत्याग्रही वीराच्या निष्ठेने मी सगळ्यांचा डोळा चुकवून त्या खोलीत जाई आणि घरी पुस्तके नेण्याची सोय नसल्यामुळे तिथे बसून तिथल्या अपुऱ्या प्रकाशातच ती वाचून काढी. या भांडारात अनेक ऐतिहासिक कादंबऱ्या होत्या. उत्तम इंग्रजी, हिंदी व गुजराती कादंबऱ्यांची भाषांतरे होती आणि इतरही अनेक अद्‌भुतरम्य पुस्तके होती. रेनॉल्ड्स, प्रेमचंद, मुन्शी यांच्या कादंबऱ्या मी याच ठिकाणी वाचल्या. आमचे घर आणि श्री. व्होरा यांचे घर यांच्यामध्ये गोडबोले यांचे धार्मिक पुस्तकांचे दुकान होते. त्याही जंगलात जाऊन मी रोज शिकार करीत असे. अर्थात, या जंगलातले प्राणी अगदीच वेगळ्या प्रकारचे होते. व्होरांच्या भांडारात 'पावागडचा प्रलय', 'कृष्णकारस्थान', 'निशाचराचा प्रेमविलास', 'लंडन येथील बड्या लोकांची गुप्त कृत्ये' असली पुस्तके होती; तर या दुकानात 'नामदेवाचे लग्न', 'नवनाथ कथासार', 'गुलबकावली', 'हातीमताई', 'जैमिनी अश्वमेध', 'पांडवप्रताप', 'वेताळपंचविशी', 'शुकबहात्तरी' असला मालमसाला होता; पण पुस्तकांच्या बाबतीत स्पृश्यास्पृश्य भेद मी कधीच बाळगला नव्हता. त्यामुळे ही सगळी पुस्तके मी भराभर वाचून काढली. या सगळ्या पुस्तकांत एक प्रकारची अद्‌भुतरम्यता होती, चटकदारपणा होता. कसली तरी गोष्ट होती आणि तिचे निवेदन अतिशय रसाळ होते. माझ्या कथांत नेहमीच कसली तरी गोष्ट असते आणि ती गोष्टीवेल्हाळपणाने सांगितलेली असते, हे जर खरे असेल; तर माझे हे लहानपणचे वाचनच त्याला कारणीभूत झाले असावे. कारण ह्या गोष्टींचा आणि ह्यांतील सुरस व मनोरंजक निवेदनशैलीचा माझ्या मनावर खोल संस्कार उमटलेला आहे. त्या गोष्टी आणि ती पुस्तके मला अजूनही आवडतात आणि कुठेही सापडली तर अजूनही मी ती वाचीत बसतो. पुढे हरिभाऊ, नाथमाधव, ह. ना. आपटे, फडके, खाडिलकर यांच्या कादंबऱ्या मी वाचल्या. त्यातीलही गोष्टी आणि तिचे निवेदन हेच माझे लक्ष वेधून घेत असत. माझ्या बऱ्याचशा कथा या कथा न होता गोष्टी झाल्या, याचे प्रामुख्याने हेच कारण असले पाहिजे.

## रंगल्या गप्पा अशा

वाचनाइतकेच मला दुसरे जबरदस्त वेड गप्पागोष्टींचे होते (आणि अजूनही आहेच). हे व्यसन कसे लागले, हे सांगणे कठीण आहे. कदाचित माझ्या ऐसपैस, स्वास्थ्यप्रिय स्वभावाचा तो एक भाग असेल; कदाचित ज्या विशिष्ट

वातावरणात लहानपण गेले, त्याचा तो परिपाक असेल. असेल नव्हे, आहेच म्हटले तरी चालेल. अगदी लहानपणी मी अकलूजसारख्या एका खेड्यात होतो; पण पुढे पंढरपूरला आलो आणि माझे मॅट्रिकपर्यंतचे शिक्षण पंढरपूरलाच झाले. पंढरपूर हे क्षेत्राचे ठिकाण. वर्षातून चार वाऱ्या भरतात. त्यावर वर्षाचा पोटापाण्याचा धंदा करायचा. हे वाऱ्यांचे दिवस सोडले, तर एरवी गावचा कारभार अगदी ऐसपैस आणि सुस्त. सर्वत्र निवांत कारभार. दुकानाच्या फळी-फळीवर मंडळी ऊन खात बसलेली असायची. नाना प्रकारच्या गप्पा चालायच्या. गावात कोण नवीन अधिकारी आला-गेला, अमक्याने कोणत्या भानगडी केल्या, तमका कशामुळे मेला, आज देवाची महापूजा कोणी केली, इथपासून तो गल्लीत कुणाकुणाच्या बायका गर्भारशी आहेत इथपर्यंत सारे विषय या गप्पांत चविष्टपणाने रंगत आणि असे गप्पांचे अड्डे गावात ठिकठिकाणी पडलेले असायचे. रात्रीच्या वेळी म्हातारे-कोतारे मजेदार गोष्टी सांगत. भुताखेतांच्या, हडळीच्या, चोराचिलटांच्या आणि वाघसिंहांच्या गोष्टी ऐकताना अशी मजा येत असे म्हणता! जेवणीखाणी झाली की, रात्र जशी वाढत जाई तसतशा गप्पाही अक्षरश: 'चढत' असत. या गप्पागोष्टी ऐकण्याचा नाद मला अगदी लहानपणापासून होता. घरात आम्ही आठ-दहा भावंडे असल्यामुळे सगळ्यांवर नजर ठेवणे घरातल्या वडीलमंडळींना अशक्य होते. त्याचा फायदा घेऊन मी सदैव भटकत असे. थोडासा मोठा झाल्यावर मित्राच्या खोलीवर अभ्यास करण्याच्या निमित्ताने रात्रीही भटकण्याची सोय झाली. गल्लीतल्या बरोबरीच्या दोस्तलोकांत, ओळखीच्या मोठ्या मंडळीत जिथे-जिथे म्हणून गप्पाष्टके चाललेली असतील, तेथे-तेथे 'तत्र तिष्ठामि नारद' या भूमिकेत मी अगदी बिनचूक उपस्थित असे. आमची ही गल्ली मराठे, धनगर, गवळी आणि सोनार अशा बहुजन समाजाची होती. त्यामुळे आपले उद्योगधंदे सोडून ही कार्टी मोठ्या माणसांच्या फाजील गप्पा का ऐकत बसली असतील, असा शिष्ट ब्राह्मणी प्रश्न कुणीही विचारीत नसे. उलट, कृपाळू होऊन त्या फाजील, वात्रट पण मनोरंजक गप्पांत आम्हा पोरांनाही सामील करून घेण्याचा उदारपणा त्यांच्याकडून दाखवला जात असे. या उद्योगामुळे आम्ही पोरेही लवकरच गप्पाबहाद्दर बनलो. आमच्या मेळाव्यात आम्हीही गोष्टी सांगू लागलो. इतरांच्या मानाने माझे वाचन पुष्कळच होते. ऐकलेले सगळेच्या सगळेच लक्षात ठेवण्याची किमया मी करू शकत होतो. त्यामुळे अशा अनेक छोट्या बैठकांत तासन्तास गोष्टी सांगण्याचा नाद मला लागला. माझ्या या सवयीचे फायदे-तोटे माझ्या लेखनाला झाले आहेत. माझ्या कथांत अनेक रंग, गोष्टीवेल्हाळपणा, गप्पा, चुटके, संभाषणवजा निवेदन असते. त्याचा उगम याच गंगोत्रीतून झाला असावा, असा समज आहे.

माझ्या बऱ्याचशा गोष्टींत ग्रामीण जीवन आलेले आहे. किंबहुना, ग्रामीण लेखक याच कोटीत माझी गणना होत असते. तसे पाहिले तर प्रत्यक्ष ग्रामीण जीवन मी फार थोडे अनुभवले आहे. वयाच्या सातव्या-आठव्या वर्षांपर्यंतच मी अकलूजसारख्या खेड्यात राहिलो. पुढे पंढरपूरला आलो. पंढरपूर हे काही खेडे नव्हे. तालुक्याचे गाव आणि क्षेत्र. रेल्वे आणि लाईट या आधुनिक गोष्टींचा स्पर्श झालेले गाव. मग ग्रामीण जीवनावरचे माझे लेखन निर्माण झाले कुठून? मी हे लिहिले तरी कसे? की हे सगळे मी काल्पनिक लिहिले आहे?

याची उत्तरे अनेक आहेत. खेड्यात मी फार दिवस नव्हतो, हे खरे; पण जो होतो, तो काळ माझ्या चांगला स्मरणात राहिला. दुसरे असे की, पंढरपूर हे खेडेगाव नव्हते, तसे ते शहरही नव्हते. किंचित शहरी डाग लागलेले ते एक मोठे खेडेगावच म्हटले पाहिजे. त्यातून माझे लहानपणचे बरेचसे दोस्त बहुजन समाजातले होते. आसपास वस्तीही तीच होती. खेडेगाव सोडले तरी आमचे घर, जमीन, नातेवाईक खेड्यांतच होते. वर्षातून अधूनमधून मी या गावी जात असे. दोस्तमंडळी बरोबर घेऊन मी सदैव भटकत असे. त्या काळात भटकण्याच्या, पोहण्याच्या नादाने आसपासची अनेक खेडेगावे मी पालथी घातली होती. त्यामुळे खेडेगावात प्रत्यक्ष न राहताही त्या वातावरणाशी बरीचशी तद्रूपता मला आली होती.

## माझ्या कथेतील पात्रे

पण या सगळ्यापेक्षाही महत्त्वाची आणखी एक गोष्ट आहे आणि ती मोठी गमतीची आहे. खेडेगावची नमुनेदार माणसे मला शोधावी लागली नाहीत. तीच मंडळी मला शोधत-शोधत घरी आली. माझे वडील वकील आहेत. आमचे वास्तव्य जरी पंढरपूरला असले, तरी त्यांचे सगळे पक्षकार खेडेगावांतच आहेत. या पक्षकारांची वर्दळ नेहमी घरी चालायची. सकाळ-संध्याकाळ ही माणसे वडिलांच्या बैठकीच्या खोलीत बसलेली असत. याच बैठकीच्या खोलीत मी अभ्यास करीत, खेळत किंवा काही तरी वाचीत बसलेला असे. ही माणसे येत, बसत आणि नाना प्रकारच्या गोष्टी सांगत. वकिलाकडेच आलेला हा सगळा ताफा. त्यामुळे गावातल्या नाना भानगडींचा काथ्याकूट तिथे चाले. त्यातला एखादा गावातला म्होरक्या असे. बाकीचे आपले येडेबागडे असत. काही वेळेला सगळेच बनेल, सराईत गुंड असत; तर काही वेळेला सगळेच अडाणी गोळे असत. अधूनमधून एखादी रंडकीमुंडकी झालेली बाईही त्यांच्याबरोबर असे. मग वडिलांना आपले प्रकरण समजावून सांगण्याचा त्यांचा प्रयत्न सुरू होई. बसल्या-बसल्या जो तो आपल्या मर्जीप्रमाणे त्यात भर घालीत असे. हे

सगळं संभाषण मोठं ऐकण्याजोगं असायचं. अत्यंत मूर्खपणाने बोलूनही आपण काही तरी फार महत्त्वाचा 'पाईंट' सांगत आहोत आणि याच 'पाईंटा'वर विरुद्ध बाजूला बरोबर दणका देता येईल, याविषयी प्रत्येक जण नि:शंक असे. वडील बैठकीत नसले तर हे लोक कारकुनाशी बोलत बसत. फार काय सांगावे, काही वेळेला त्यांनी मलाही आपली 'प्रकरणे' सांगायला कमी केलेले नाही. गवयाच्या पोराप्रमाणे वकिलाच्या पोरालाही उपजत थोडाफार कायदा समजत असेलच, अशी त्यांची समजूत असावी. काही वेळेला त्यांचे आपसात जे संभाषण चाले, तेही मोठे नमुनेदार असे. यांतला एखादादुसरा गडी रात्री मुक्कामालाही घरी असे. त्यांच्या शिळोप्याच्या गप्पा चालत. हे सगळे बोलणे ऐकायला मी बहुधा तिथे असेच. खेड्यातला इत्थंभूत वृत्तान्त मला घरातल्या घरात कळावा, अशी ही सोय होती. या काळात त्यांचे बोलणे, चालणे, हावभाव यांचे अगदी जवळून निरीक्षण करीत होतो. हे सगळे नकळत होत होते. मला त्याची जाणीवही नव्हती; पण ग्रामीण कथालेखकाचा कच्चा माल आपोआप 'स्टोअर'मध्ये येऊन पडत होता. अनेक प्रसंग, अनेक नमुने मनात गोळा होत होते.

लिहिण्याची माझी हौस माझ्या वाचनवेडातून निर्माण झाली आणि या माझ्या लेखनाला या विशिष्ट वातावरणामुळे विशिष्ट वळण मिळाले. आपण लेखक झालो, हा केवळ योगायोग किंवा अपघात, असे काही लेखकांना वाटते. ते खरेही असेल; पण काय असेल ते असो, मला मात्र अगदी लहानपणापासून आपण लेखक व्हावे, हीच एकमेव इच्छा होती. डॉक्टर, वकील, चित्रकार, गवई, क्रिकेटपटू यांपैकी काही व्हावे, असे कधी माझ्या मनात चुकूनही आले नाही, एवढे खरे. त्याच छंदाने हस्तलिखित मासिकांत लिहिले. गोष्टी लिहिल्या, रूपककथा लिहिल्या (आणि रहस्यमय कादंबरीची काही प्रकरणेही लिहिली.). कॉलेजमध्ये असतानाही नियतकालिकांकडे वरचेवर कथा पाठविल्या. त्यांपैकी काही परत आल्या, पण बऱ्याचशा प्रसिद्धही झाल्या. हे सगळे लिखाण स्वाभाविकपणेच अर्धेकच्चे होते. फडके, खांडेकर यांचा खूपसा ठसा त्यावर होता. आणि जे जीवन मी पाहिले होते, अनुभवले होते, त्याचा या लेखनाशी काहीही संबंध नव्हता. पुढे माडगूळकरबंधूंचे चित्रपट आणि श्री. व्यंकटेश माडगूळकर यांच्या कथा यांनी माझे लक्ष विशेष वेधून घेतले. विशेषत: माडगूळकरांचे 'माणदेशी माणसे' हे पुस्तक वाचल्यावर मला ते सगळे जग ओळखीचे वाटू लागले. ती भाषा माझ्या नित्यपरिचयाची होती. एवढेच नव्हे तर, ती माणसे आणि ते प्रसंगही मी कुठे तरी पाहिल्याचे, ऐकल्याचे आठवत होते. माडगूळकरांचे लेखन ही मला एक प्रकारे माझ्या लेखनकलेची स्फूर्ती ठरली आणि मीही मग हळूहळू खऱ्या कथालेखनाला प्रारंभ केला.

मी लेखक झालो, याचा इतिहास हा असा आहे.

## 'ग्रामीण लेखक'

'ग्रामीण लेखक' ही माझी पदवी माझ्या पाठीमागे आपोआपच चिकटली. मला त्याची प्रारंभी जाणीवही नव्हती. मला एवढेच ठाऊक होते की, आपण जे जीवन पाहिले, ते रंगविले पाहिजे; आपण पाहिलेली माणसे, पाहिलेले, ऐकलेले प्रसंग आणि वातावरण हेच आपल्या लेखनाचे क्षेत्र होय. माडगूळकरांचा आदर्श माझ्या डोळ्यांसमोर होता. त्यांची व्यक्तिचित्रे मी वाचीत होतो आणि ही सगळी आपल्या जवळपास वावरणारी माणसे आहेत, याचा मला प्रत्यय येत होता. त्यातूनच माझ्या लेखनाचा जन्म झाला. म्हणून माझे प्रारंभीचे लेखन व्यक्तिचित्रात्मक आहे, गंभीर आहे. माझ्याही पोतडीत अशा चिजा भरपूर होत्या, म्हणून व्यक्तिचित्रे रेखाटणे मला फारसे कठीण गेले नाही. 'रानमाणूस', 'भोग', 'सोव्या' इत्यादी गोष्टी म्हणजे व्यक्तिचित्रणे तर आहेतच, पण ते पूर्णपणे गंभीरही आहे. माडगूळकरांच्या लेखनाचा ठसा त्यात पूर्णपणे उमटलेला दिसतो.

हे सगळे लेखन चालू होते, त्यात थोडी स्वतंत्र बुद्धी होती आणि थोडे अनुकरणही होते. तथापि, हे लेखन वाचकांच्या पसंतीला उतरत होते आणि माझा आत्मविश्वास वाढला होता. याच वेळी माझ्यातला विनोदी लेखक हळूहळू जागृत होत होता. माझ्या खऱ्या लेखनाला प्रारंभ 'सत्यकथे'पासून झाला. तथापि, तत्पूर्वी मी अजिबात काही लिहिलेले नव्हते, असे नाही. 'झंकार', 'वाङ्मयशोभा', 'विविधवृत्त' इत्यादी नियतकालिकांत ते प्रसिद्ध झाले होते. बी.ए. झाल्यानंतर मी तीन-चार वर्षे पुण्याच्या 'दैनिक भारत'मध्ये संपादकीय विभागात काम करीत होतो. तेथेही मधूनमधून काही लिहीत होतो. यातले बरेचसे लेखन विनोदीच होते. हा विनोद फारसा चांगला नसेल, कदाचित सामान्यही असेल; पण विनोदाकडे माझी प्रवृत्ती पहिल्यापासूनच होती, असे त्यावरून दिसते. कोल्हटकर, गडकरी यांचे विनोदी लेखन लहानपणी मी चविष्टपणे वाचले होते. अत्र्यांच्या नाटकातले विनोदी संवाद तर पानेच्या पाने पाठ होते. चिं. वि. जोशी यांचे चिमणरावांचे कुटुंब आणि गुंड्याभाऊ ही मंडळी माझी अत्यंत लाडकी होती. शामराव ओक आणि पु. ल. देशपांडे यांची विडंबने आणि त्यातील खोचकबोचक विनोद शाळकरी व महाविद्यालयीन वयातही चांगला समजत होता आणि आवडत होता. साहित्यिक जगातील सोंगेढोंगे, व्यक्ती आणि वल्ली यांचे ज्ञान तेव्हापासूनच होते. असे आपल्याला लिहावयाचे आहे, असे वाटत होते. थोडेफार लिहिलेही होते. माडगूळकरांचे लेखन समोर असल्यामुळे प्रथम हा विनोदी सूर झाकला गेला; पण तो तसा

फार काळ राहणे शक्य नव्हते. आत्मविश्वास आला तसतसे माझे लेखन पुन्हा विनोदाकडे ओढ घेऊ लागले आणि त्याला लवकरच तोंडही फुटले.

## माझ्या बापाची पेंड

मध्यंतरी वृत्तपत्रीय क्षेत्र सोडून मी पुन्हा पंढरपूरला गेलो होतो. दोन-तीन वर्षे तेथेच शिक्षक म्हणून काम करीत होतो. लहानपणी सहजगत्या पाहिलेले जीवन आता थोडे डोळसपणे न्याहाळीत होतो. पंढरपूरच्या ऐसपैस सुस्त वातावरणाशी तद्रूप झालो होतो. लेखनाची किंचित रगही आलेली होती. अशा वेळी तिथल्या अनेक गमतींनी मला खाद्य पुरविले. पंढरपूरला गांजा ओढणाऱ्या आणि भांग घेणाऱ्या मंडळींचे कळप आहेत. दहा-दहा, वीस-वीस मंडळींनी ही वल्ली घेऊन घातलेला धुमाकूळ मी थोडासा पाहिला होता. त्यांची रसाळ वर्णने पुष्कळ ऐकली होती. आमचे एक ओळखीचे मास्तर मोठे हौशी होते. त्यांच्या वर्गाची सहल मार्गशीर्षात गावाबाहेर गेली होती. त्या वेळी त्यांनी दोन-पाच टग्या कार्ट्यांवरच याचा प्रयोग केला. भज्यांतून गांजा घातला. नंतर प्रत्येकाच्या डोक्यावर सहलीचे जड ओझे भरपूर टाकून दिले. एका पोराच्या डोक्यावर तर उघडा ग्रामोफोन होता आणि त्यावर रेकॉर्ड चालू होती. अशा तालावर ही सेना बुभूःकार करीत गेल्यावर तिथे त्यांनी काय गोंधळ घातला असेल, याची कल्पना करणे फारसे कठीण नाही. महाशिवरात्रीला, शिमग्याच्या दिवसांत तर हा कार्यक्रम अगदी प्रतिष्ठितपणे चालत असे. त्या वेळच्या थोरांच्या लीलाही मी पाहिल्या होत्या. शिक्षक म्हणून एका नव्या जगात वावरत होतो. अशा वेळी एकदम वाटले की, एखादे शाळेतले कार्टे चुकून गांजा खाऊन शाळेत गेले, तर काय बहार होईल! शाळेत गेल्यावर ते काय काय प्रकार करील याचे स्पष्ट चित्र माझ्या डोळ्यांसमोर उभे राहिले. त्यानंतर मास्तरांनीही तो 'प्रकार' तोंडात टाकला, अशी मी कल्पना केली. आणि मग फारच मौज वाटू लागली. या कल्पनेतून 'माझ्या बापाची पेंड' ही कथा निर्माण झाली ('माझ्या बापाची पेंड' हे नाव मात्र मला आधीच सुचलेले होते. कुठल्या तरी विनोदी गोष्टीला हे नाव छान दिसेल, असे उगीचच वाटत होते. त्या वेळी या गोष्टीची कल्पनाही सुचलेली नव्हती. ती सुचल्यावर हे नाव त्या गोष्टीला अगदी चपखल बसले!).

ही कथा त्यातील प्रसंगनिष्ठ विनोदामुळे व वेगळ्या वातावरणामुळे एकदम निराळी ठरली आणि वाचकांच्या पसंतीला उतरली. एक नव्याच वातावरणातील विनोद आपल्या या कथेत आला आहे, हे माझ्या लक्षात आले आणि विनोदी लेखकाबद्दलचा माझा ओढा आणि आत्मविश्वास दृढ झाला. एखादा नवा शोध

लागल्यासारखे मला झाले. मग पुढे भराभर नुसता लिहीत गेलो. 'हरवल्याचा शोध', 'माझी पहिली चोरी', 'भुताचा जन्म' या कथा मी याच दमात लिहिल्या. विनोदाकडे असलेली माझी प्रवृत्ती या वेळी कशी उफाळून वर आली होती, याचे एक गमतीदार उदाहरण इथे सांगण्यासारखे आहे. घरात निघालेला साप हातांनी धरून गावाबाहेर सोडून द्यायचा आणि त्याबद्दल एखादा रुपाया घ्यायचा, असे पुष्कळ लोक करतात. मला एकाने सांगितले की, काही माणसे चावटपणा करून याचा धंदाच करतात. एखाद्या घरातला साप पकडायचा, रुपाया घ्यायचा आणि जवळपासच्या गल्लीतल्या दुसऱ्या एका घरात पुन्हा तो सोडून द्यायचा. त्यांच्यापैकी कुणी तरी आरडाओरड करायची आणि पुन्हा या सद्गृहस्थाने तो पकडून बाहेर न्यायचा, पुन्हा एक रुपाया मारायचा. हा 'चमत्कार' ऐकल्यावर मला फार हसू आले आणि ही गोष्ट लिहायची, असे मी ठरविले. त्याप्रमाणे गोष्ट लिहायला प्रारंभही केला. दुपारच्या शांत वेळेला सगळी माणसे झोपली असताना एक अनोळखी माणूस दाराशी येतो आणि घरात साप शिरल्याचे सांगतो, असा तो प्रारंभ आहे; पण पुढे गोष्ट वेगळीच घडू लागली. घरात साप शिरला आहे, हे कळल्यावर घरातल्या माणसांची जी धांदल उडाली, बाहेरची माणसे जशी गोळा झाली तसा आणखी जो गोंधळ उडाला, त्याचे वर्णन करता-करता गोष्ट विनोदीच होऊ लागली. तो भित्रा बापू, त्याची सुस्त गलेलठ्ठ बायको, चौकसखोर मुले आणि जिज्ञासाप्रेरित होऊन तेथे जमलेली रिकामटेकडी मंडळी यांच्या हालचाली, बोलणे-चालणे हे सगळे इतके गमतीदार होऊ लागले की, मी त्यात नकळत रमलो; माझी इच्छा आणि अपेक्षा नसतानाही ही माणसे गमतीदार वागू लागली आणि माझ्या हातांत त्यांची काही सूत्रे उरली नाहीत. हे माझ्या लक्षात आले, तेव्हा माझे मलाही आश्चर्य वाटले; पण मग मी त्यांना आडकाठी केली नाही. त्यांच्या इच्छेप्रमाणे त्यांना 'स्वायत्तता' देऊन टाकली. 'बाबू शेलारचे धाडस' ही विनोदी गोष्ट अशा रीतीने ध्यानी-मनी नसताना निर्माण झाली. म्हशीला शिंगरू व्हावे, असा हा प्रकार होता; किंवा भरंवशाच्या म्हशीला टोणगा झाला, असे म्हटले तरी चालेल, एवढाच फरक. नि हा टोणगाही काही वाईट नव्हता. हातीपायी नीटनेटका होता आणि त्याचा उपयोगही होता.

'माझी पहिली चोरी', 'आमच्या स्वैंपाकीणबाईचा नवरा', 'आजारी पडण्याचा प्रयोग' या माझ्या गोष्टी थोड्याशा वेगळ्या आहेत. त्यांतील विनोदाचे स्वरूप आणि वातावरण वेगळे आहे. 'आमच्या स्वैंपाकीणबाईचा नवरा' आणि 'आजारी पडण्याचा प्रयोग' यांतील निवेदन एका निरागस, मिश्कील लहान मुलांचे आहे. त्याचे अनुभवविश्व हीच त्यातील विनोदाची बैठक आहे. 'माझी पहिली चोरी'

या गोष्टीतील विनोदही वेगळा आहे. त्याचे वातावरणही वेगळे आहे. 'ग्रामीण' असे त्यात काही नाही. त्यातील विनोद हा विनोद नसून ती एक प्रकारची सामाजिक टीका (Social Satire) आहे. अतिशयोक्तीचा आधार घेऊन ती केली आहे, इतकेच. अशा तुरळक गोष्टी अधूनमधून मी लिहिल्या. तथापि, माझे विनोदाचे क्षेत्र पुढे-पुढे ठरून गेले. त्यातली माणसे पक्की झाली. त्यातले वातावरण निश्चित झाले. लहानपणी बैठकीच्या खोलीत बसून (आणि अभ्यासाला टाळे लावून) पाहिलेली माणसे, त्यांची ऐकलेली संभाषणे, गप्पाटप्पा भराभरा डोळ्यांसमोर येऊ लागल्या. गावातले गप्पांचे अड्डे आणि त्यातील वात्रट, फाजील बोलणी खडान्‌खडा आठवू लागली. त्यातून अनेक पात्रे आणि अनेक प्रसंग सुचू लागले आणि अनेक गोष्टी जन्माला आल्या.

लग्न न झालेली अनेक माणसे मी पाहिलेली होती. त्यातील काही जण बायकांविषयी अगत्याने बोलत असत. आपण बायकांच्या बाबतीत विशेष भाग्यवान कसे आहोत आणि आपण कशा नाना भानगडी केल्या आहेत, याच्या गोष्टी ते रसाळपणे सांगत. त्या बहुतेक सगळ्या थापा असत आणि तरी त्या फार ऐकण्यासारख्या असत. एकदा तर असे चाळीस-पंचेचाळीस वर्षांचे सद्‌गृहस्थ मला भेटले. माझ्या एका गाववाल्या मित्राचे ते थोरले भाऊ होते. लग्नाचे कोठे जमत नव्हते आणि जमेल असे वाटत नव्हते. आमचे हे दोस्त एक नंबरचे वात्रट होते. त्यांनी बेलाशक ठोकून दिले की, मी आज आलो आहे तो स्थळाची चौकशी करण्यासाठीच आलो आहे. त्याबरोबर हे थोरले बंधू लग्नाच्या गप्पा मारू लागले. माझ्याकडे अधूनमधून लक्ष पुरवीत आपल्या धाकट्या बंधूस सांगू लागले की, सारखी स्थळे आणि मुली पाहत राहण्याचा मला अगदी कंटाळा आला आहे. मुलीचे बाप फार भंडावून सोडतात. तथापि, हे आता तुझे मित्रच आहेत, तेव्हा त्यांनी आणलेली मुलगी मी पाहीन, झाले! आणि मग स्वत:च्या वाढलेल्या दाढीवरून आणि गालफडे बसलेल्या तोंडावरून हात फिरवीत ते मला केविलवाणेपणाने म्हणाले, "माझ्या या तब्येतीवर तुम्ही जाऊ नका. पूर्वी माझ्या अंगात रेड्यासारखी ताकद होती. लग्न करायचं नाही ठरलेलं पहिल्यापासून. एकटा राहिलो. गूळ खा, कुठं शेंगदाणे खा. त्यामुळं तब्येत बिघडली. लग्न झाल्यावर पुन्हा नक्की पहिल्यासारखी होईल पाहा."...त्यांचे हे बोलणे ऐकताना मला हसू तर येत होतेच, पण वाईटही वाटत होते. या सगळ्या मिश्रणातून 'नव्याण्णवबादची एक सफर' ही माझी गोष्ट निर्माण झाली.

## व्यंकूची शिकवणी

आमच्या शाळेत वडाराचे सोळा–सतरा वर्षांचे एक कार्टे होते. चांगले

दांडगेदुंडगे आणि इब्लिस होते. मला त्याचा इब्लिसपणा फारसा अनुभवता आला नाही; पण दुसऱ्या एका मास्तरांनी जेव्हा सांगितले की, या कार्ट्याने एक परजातीतील बाई ठेवलेली आहे, तेव्हा मला आश्चर्याचा धक्काच बसला. एका तरण्याताठ्या बाईबरोबर सिनेमाला जाताना या पोराला मास्तरांनी चार-दोन वेळा पाहिले होते. एकदा त्याला खडसावून विचारले, तेव्हा त्याने लाजत-लाजत 'ती बाई आपण ठेवली असल्याचे' सांगून टाकले. 'बाईला पैसा गाढवा तू कुठून देतोस?' असे त्याला हटकले, तेव्हा आणखीन लाजून ती स्वारी म्हणाली, "आम्ही दोघं जण हायेत मास्तर. दोघांत मिळून ठिवल्याली हाय आमी ती!" ही हकिगत ऐकल्यावर मी सर्दच झालो. असले बनेल कार्टे शाळेत विद्यार्थी म्हणून असू शकेल, असे मला कधी वाटले नव्हते. माझ्या मनात आले की, अशा मुलाला जर एखादा निरागस तरुण शिक्षक भेटला तर कहर होईल. शिक्षक आणि विद्यार्थी यांची आलटापालट झाल्यावाचून राहणार नाही. या कल्पनेतूनच माझी 'व्यंकूची शिकवणी' ही कथा निर्माण झाली.

अशी अनेक पात्रे आणि अनेक प्रसंग माझ्या पोतडीत होते. वानगी-दाखल हे दोन सांगितले. त्या कच्च्या मालाचा उपयोग करून मी माझे विनोदी लेखन सतत करीत गेलो.

## सामान्य गुणक : गप्पा

आज माझ्या सगळ्या विनोदी कथा एकत्रितपणे चाळल्या, तर काही गोष्टी चट्कन ध्यानात येतात. गावातल्या चावडीवर, कट्ट्यावर किंवा पारावर गावकरी मंडळी तंबाखू चोळीत बसलेली आहेत, गप्पांना रंग चढलेला आहे, लालभडक पिचकाऱ्यांनी आसमंत 'टेक्निकलर' होत आहे... अशा वातावरणात बऱ्याच वेळा माझी गोष्ट रंगत असते. ती बहुधा पारावर, चावडीवर किंवा कुठल्याही गप्पाष्टकांच्या अड्ड्यात सुरू होते आणि तिथेच संपते. विड्यांचा धूर आणि तंबाखूची पिंक त्यात हमखास असते. ग्रामीण जीवनाचा त्या अपरिहार्य भाग आहेत. त्या नसतील तर मग ती चावडी आणि तो पार कसला? आणि गुळमट गप्पांना तरी काय चव राहिली? तिथे गोळा झालेली मंडळीही एका विशिष्ट संप्रदायाची आहेत. गुंड, बेरकी, रिकामटेकडे आणि गप्पिष्ट. खेडेगावातला रिकामटेकडेपणा हे माझ्या विनोदाचे मुख्य भांडवल आहे. शहरात ज्यांचा जन्म गेला, त्यांना हा सद्‌गुण कसला असतो, हे कळणार नाही. कारण शहरात रिकामटेकडे राहून चालणार नाही. तो उपाशी मरेल. दुसरा माणूस तसा 'गुणी' आहे की नाही, हे बघायलाही त्याला वेळ नसतो; पण खेडेगावची गोष्ट वेगळी. अनेक माणसे खेड्यात जन्मभर केवळ गप्पा ठोकण्याचा उद्योग करीत असतात.

काम करणे ही गोष्ट त्यांना बापजन्मात माहीत नसते. काम करणारी माणसेदेखील पेरणीचे, सुगीचे दिवस सोडले, तर एरवी निवांतच असतात. या अड्ड्यात तीही तात्पुरती सामील होतात. सरकारी भाषेत बोलावयाचे म्हणजे एक गट 'पर्मनंट' झालेला असतो आणि दुसरा 'टेंपरवारी' चिकटलेला असतो; पण एकूण हिशेब एकच. अशा या गप्पात 'भीगै दास कबीर' या थाटात प्रत्येक जण रंगलेला आहे. साऱ्या गावातल्या भानगडी इथे रसिकपणे चघळल्या जातात आणि त्या पुरेशा रवंथ होईपर्यंत चालतात. माणसांना काही तरी करमणूक, विरंगुळा हवा असतो; पण खेड्यातल्या माणसांना या गप्पांखेरीज दुसरी करमणूक कसलीही मिळत नाही. तोच त्यांचा एकमेव विरंगुळा. गप्पांचे हे वैशिष्ट्य आहे. त्यात तसे काहीच सत्त्व नाही आणि नसते; पण तरी त्यांची चव काही वेगळीच असते. 'भुताचा जन्म', 'कळस', 'नदीकाठचा प्रकार', 'घाम' इत्यादी माझ्या गोष्टी म्हणजे निव्वळ गप्पागोष्टी आहेत. 'भुताचा जन्म' या कथेत एका भोळसट कल्पनेभोवती त्या गुंफल्या आहेत. 'कळस' या कथेत एका गमतीदार सामाजिक विरोधाशी त्या बेमालूमपणे मिसळल्या आहेत. 'नदीकाठचा प्रकार' या कथेत प्रवाहातून वाहत आलेल्या एका प्रेताच्या भीषण घटनेतून त्या निर्माण झाल्या आहेत; पण शेवटी त्या गप्पाच आहेत. वास्तव जीवनातले सुख-दुःखांचे, विसंगतींचे दर्शन त्यातून होत असेल; पण मुळात त्या गप्पा आहेत. मजेदार हकिगती आहेत. चांगल्या गप्पांची सगळी चव त्यांना आलेली आहे.

माझ्या गोष्टीतली बहुतेक माणसे अशी बडबडी आणि गप्पिष्ट का? लेखकाच्या मनःप्रवृत्तीशी त्याचा काही संबंध आहे काय? लेखक हा स्वतःही माणूस असतो, त्याच्याही स्वभावाची काही वैशिष्ट्ये असतात आणि ती त्याच्या लेखनात उतरत असतात, हे सगळे खरे आहे; पण तो विविध प्रकारच्या मानवी प्रवृत्ती टिपत असतो. जीवनाचे सगळ्या प्रकारचे रंग त्याला दिसत असतात आणि हे वैविध्यपूर्ण जीवन तो मोठ्या सामर्थ्याने शब्दरूप करतो. तसे नसते तर सुष्ट, दुष्ट, स्वार्थी, लोभी, सज्जन, भोळा, मूर्ख असले नमुने त्याला निर्माण करताच आले नसते. आपल्या स्वतःच्या प्रवृत्तीच्या मर्यादा ओलांडून तो विश्वरूप होतो; तसा तो झालाच पाहिजे. नाही तर त्याचे लेखन एकांगी ठरेल. माझ्या लेखनसृष्टीतली माणसे अशी एकाच छापाची आहेत काय? या प्रश्नाचे उत्तर माझे मीच देणे मोठे कठीण आहे. तथापि, मला एवढे वाटते की, त्यांच्यात वरवर साम्य आहे. एरवी ती माणसे निरनिराळीच आहेत. ती गप्पिष्ट आहेत, बडबडी आहेत, बेरकी आहेत; पण तरी त्यांच्यातला प्रत्येक जण वेगळाच आहे. चिनी किंवा जपानी माणूस एक-दुसऱ्यासारखाच दिसतो आणि त्यांचे वेगळेपण नंतर थोड्याशा परिचयाने कळू लागते. तसे काहीसे हे असावे.

त्यांच्यातला वेगळेपणा हा स्वाभाविक जीवनाच्या निरीक्षणातून आलेला आहे. त्यांच्यातील साम्य मात्र लेखकाच्या विशिष्ट प्रवृत्तीतून जन्माला आले असावे. दुसरे असे की, या गप्पा मारणाऱ्या लोकांमधूनच मी खेडेगाव अधिक पाहिलेले आहे. त्यामुळे खेडेगावातली माणसे मला घरात, गोठ्यात अथवा रानात फार थोड्या वेळा सापडतात. बहुधा ती घोळामोळाने, मांडीला मांडी लावून, डाव्या हाताच्या तळव्यावर उजव्या हाताचा अंगठा चोळीत एके ठिकाणी उगीचच बसलेली आढळतात. त्यांच्या या गप्पागोष्टींतून विनोद आपोआपच निर्माण होतो. कारण ती सगळीच इरसाल आहेत, वल्ली आहेत, रत्ने आहेत. त्यांचे वागणे, बसणे, उठणे सगळेच खास त्यांचे आहे, त्यातला एखादा एकदम इतका हसतो की, त्याच्या नाकातून फस्कन शेंबूड बाहेर येतो. दुसरा हाताच्या बोटाने ढेकूण चिरडून रंगीत हात तसाच घोंगड्याला पुसतो, तिसरा चार माणसांतही खुशाल धोतरावरून मांडी खाजवीत राहतो. कुणी विमान कोसळल्यासारखा हसतो, कुणी उन्हाला पाठ करून आणि तोंडात तंबाखूची गुळणी धरून देवासारखा गप्पच बसलेला असतो.

हे सगळे गमतीदार आहे हे खरे; पण त्यापेक्षाही त्यांच्या बोलण्यातून व्यक्त होणारे त्यांचे अडाणी जीवन अधिक गमतीदार आणि अर्थपूर्ण आहे. खेडेगावात दारिद्र्य आहे, भयानक दारिद्र्य आहे. ते मी डोळ्यांनी पाहिले आहे. व्यंकटेश माडगूळकरांच्या गोष्टींतून या दारिद्र्याचे भयानक दर्शन आपल्याला होते आणि आपले मन सुन्न होते. माडगूळकरांचा आणि माझा मुलूख सामान्यपणे एकच आहे. तेव्हा हेच दारिद्र्य मीही पाहिलेले आहेच; पण माझ्या गोष्टींतून या दारिद्र्याचे दर्शन कधी घडत नाही. घडत नाही म्हणण्यापेक्षा त्याकडे प्रामुख्याने लक्ष वेधत नाही. तसे ते वेधावे, असा माझा प्रयत्नही नाही. हे असे का व्हावे, हे मला सांगता येणार नाही. प्रकृतिभिन्नता हेच त्याचे उत्तर असावे; पण या दारिद्र्याबरोबरच आणखीही एक गोष्ट खेडेगावात आहे. ती म्हणजे, अज्ञान. भयानक अज्ञान. आपण अडाणी आहोत, याविषयीही अज्ञान. या अज्ञानानेच माझ्या विनोदाला भरपूर मालमसाला पुरवला. 'कळस'मधल्या सदा वाण्याला वाटते की, कुठल्याही कामाला सरकार तगाई देते. मग देऊळ बांधायलाही ते देऊ शकते. 'ऊब' गोष्टीतल्या एका चौकसखोराला खात्रीपूर्वक वाटते की, गावात भांडणे लावणारा हा न्हावी सरकारकडून 'कमिशन' खात असावा. कारण भांडणे लावून ती कोर्टात गेली म्हणजे सरकारचा डब्बल फायदा होतो. एक तर कोर्टाला काम मिळते आणि दुसरे म्हणजे सरकारची तिकिटे खपतात.

'प्रदर्शन' गोष्टीत पहिल्यांदाच विमान-प्रवास करायला निघालेल्या पाटलाला

मळमळायला लागते. ओकारी होऊ लागते. ती हकिगत सांगताना तो म्हणतो, ''इमानात खिडक्या हुत्या. पर समद्यास्नी काचा घट. म्हनलं, द्यावी एक गुच्ची ठिवून, फोडावी काच अन् करावं त्वांड मोकळं भाईर. काय पाचपन्नास रुपयं नुकसान झालं, तर दिलं भरून तिच्या मारी...'' 'नदीकाठचा प्रकार' या गोष्टीत एक जण मुंबईला मेलेल्या एका ओळखीच्या माणसाची हकिगत सांगताना म्हणतो, ''त्यो न्हाई का, मुंबैला गेला अन् खाली सापडून मेला.'' कशाच्या खाली सापडून मेला असा प्रश्न विचारल्यावर तो सांगतो, ''कशाच्या खाली काय का! त्ये काय इक्तं मला आता आटवत न्हाई. पर खाली मेला, एवडं खरं...''

खेडेगावचे जग हे इतर जगाहून फारसे भिन्न नाही. तिथली माणसे ही माणसेच आहेत. ती इतरांसारखीच आहेत. स्वार्थी, लबाड, ढोंगी, बनेल, रागीट, उदार, प्रेमळ; पण अडाणीपणा हे त्यांचे वैशिष्ट्य आहे. इथला न शिकलेला अडाणी असतोच, पण थोडेफार शिकलेला शहाणा माणूसही अडाणी असतो. इथली लबाड माणसेही मूर्ख असतात आणि मूर्ख हे तर मूर्खशिरोमणीच असतात. हा अडाणीपणा अगदी अभिजात आहे. मग तो त्यांच्या दारिद्र्यातून आला असेल किंवा वर्षानुवर्षे शिक्षणाचा, बाहेरच्या जगाचा कसलाही संपर्क न आल्यामुळे आला असेल; पण तो आहे, एवढे खरे. हे अज्ञान एका परीने लहान मुलांच्या अज्ञानासारखे आहे. ते निरागस आहे. लहान वयात मुले ज्या निरागसपणे लबाड्या करीत असतात, तीच लबाडी इथेही दिसते. त्यातूनच अनेक विसंगती निर्माण होतात, विनोद निर्माण होतो.

## अडाणीपणाचे दुसरे अंग

भोळसटपणा आणि निरागसपणा ही या अडाणीपणाचीच निराळी रूपे आहेत. खेडेगावातून आल्यामुळे आणि तालुक्याच्या गावीच बरेचसे आयुष्य गेल्यामुळे माझ्याही स्वभावात हा भोळसटपणा आणि एक प्रकारचा चमत्कारिक अडाणीपणा आहे. निदान मला तरी तसे उगीचच वाटत असते. या स्वभावाचा व्यवहारात होणारा उपयोग फारसा चांगला नसला तरी लेखनात मला तो फार उपयुक्त ठरला आहे. या प्रवृत्तीमुळे मी मनाने चट्दिशी या लोकांजवळ पोचतो. त्यांची मने ही माझीच होतात आणि मला त्यांचे हे लोकविलक्षण अज्ञान कसे सफाईने टिपता येते (अजूनही चार शहाण्या लोकांत बसण्यापेक्षा या आमच्या अडाणी मंडळींच्या ताफ्यात बसून गप्पा हाणायला मला अधिक आवडते, हे इथे हळूच सांगितले पाहिजे. आपला शहाणपणा दाखवण्यासाठी नव्हे, आपल्या अडाणीपणाला मुक्त वाव मिळावा म्हणून!). माझ्या अनेक गोष्टींत मी प्रथमपुरुषी निवेदन योजले आहे. या गोष्टींचा नायक 'मी' असतो. हा 'मी' बहुधा भाबडा आणि निरागस

असतो, याचे बहुधा हेच कारण असावे. 'आमच्या स्वैंपाकीणबाईचा नवरा', 'आजारी पडण्याचा प्रयोग', 'माझ्या बापाची पेंड', 'मुगाचे लाडू', 'बाबा' इत्यादी गोष्टींतला 'मी' हा लहान मुलगाच आहे. तेव्हा त्याची निरागसता ही सहज शोभून जाण्यासारखी आहे. ती कृत्रिम होतच नाही. पण 'हरवल्याचा शोध', 'व्यंकूची शिकवणी', 'घमघम विद्या', 'रहस्यकथा' इत्यादी कथांतला 'मी' हा मोठा माणूस आहे. काही ठिकाणी तो इतरांना शिकवणारा मास्तर आहे किंवा निदान वयाने वाढलेला एक तरुण माणूस आहे; पण तरीसुद्धा हा 'मी' भाबडा आणि निरागस आहे. व्यंकूचा मास्तर असाच निरुपद्रवी आहे. व्यायाम करणे, दूध पिणे आणि फावल्या वेळात हनुमानस्तोत्र म्हणणे यांपलीकडे त्याला काही माहीत नाही. तो नाकासमोर दिसणाऱ्या रस्त्याने चालणारा गडी आहे. तंबाखू ही काय वल्ली आहे आणि ती खाल्ल्याने कोणते चमत्कार घडून येतात, हे व्यंकू या मास्तराला शिकवतो आणि मास्तर त्याचे अनुकरण करतो. तमाशा हा एक वाईट प्रकार आहे आणि तो चांगल्या माणसांनी पाहू नये, एवढेच त्याला तमाशाबद्दल ज्ञान असते. व्यंकूच्या आग्रहाने तो तमाशा पाहायला जातो आणि मग त्या विश्वात तो रंगून जातो. व्यंकू मास्तरांना शीळ घालायलाही शिकवतो. व्यंकूने एक बाई ठेवली आहे, हे कळल्यावर त्याला धक्का बसतो; पण अखेर त्यालाही या प्रकरणात रस घ्यावासा वाटतो. 'घमघम विद्ये'मधला मास्तरही असाच शाळेतल्या व्यावहारिक अनुभवविश्वाला पारखा आहे. बी. टी. आणि शिक्षणशास्त्र यातील आदर्श कल्पनांनी भारलेला निरागस तरुण आहे. 'मुले म्हणजे भुते' असे हेडमास्तरांनी बजावले असूनसुद्धा तो आपल्या ध्येयवादास अनुसरून झगडत राहतो आणि शेवटी अनुभवाने लौकिक पातळीवर येतो. ही सगळी निरागस-भाबडी माणसे म्हणजे माझ्याच भाबडेपणाची, अडाणीपणाची निरनिराळी रूपे आहेत, असे मला वाटते. निदान भाबडेपणाचे सोंग घेणे, तो मुखवटा तोंडावर चढविणे तरी मला फार आवडते. एक प्रकारे ते माझे स्वप्नरंजन आहे म्हटले तरी चालेल. माझा अडाणीपणा मला रोजच्या व्यवहारात दाखवता येत नाही. आपल्या स्वभावातील शहाणपणाची जी दुसरी बाजू असते, तीच नेहमी समोर ठेवावी लागते (आणि त्याचे मला दु:ख होत असते.). कदाचित त्यामुळेच ही मूळ प्रवृत्ती लेखनातून प्रकट होत असावी. काय असेल ते असो, माझा 'मी' हा असतो खरा!

## माझ्या विनोदाची खाण

विनोदाची नवी खाणच मला खेडेगावात सापडली. आजपर्यंत या प्रदेशाचे संशोधन आणि पाहणी तज्ज्ञांकडून झालेली नव्हती. विनोदाचा कच्चा माल इथे सापडू शकेल अशी कदाचित कुणाला कल्पना नसावी किंवा तशी कल्पना

असली तरी प्रदेश अनोळखी असल्यामुळे इथे उकराउकर करण्याची त्यांची हिंमत झाली नसावी. या ओळखीच्या मुलखातून मी मात्र हवा तसा हिंडलो आणि ही खाण खोलपर्यंत उकरली. हे काम चालू असतानाच आणखी एका नव्या ठिकाणी ही खनिजसंपत्ती भरपूर असल्याचा शोध लागला. ते ठिकाण म्हणजे शाळा हे होय. शाळेमध्ये शिक्षक म्हणून काम करीत असल्यामुळे याही भूप्रदेशाशी माझे दळणवळण होतेच. तेथील माती माझ्या चांगल्या परिचयाची होती. या मातीत विनोदाची द्रव्ये आहेत, याची लहानपणापासून माहिती होती. प्रत्यक्ष शाळेत काम करू लागलो तशी माझी खात्री पटली. विद्यार्थी, शिक्षक, हेडमास्तर आणि शाळेचा प्रत्यक्ष परिसर विनोदाला खूपच अनुकूल आहे, असे दिसून आले (कदाचित् हाही पुन्हा माझ्या स्वाभाविक प्रकृतीचा भाग असे. उद्या कदाचित मी आंतरराष्ट्रीय मोनेटरी फंडाचा अध्यक्ष झालो, तरी मला हेच वाटण्याचा संभव आहे!). ते काहीही असो; इथेही मला विनोदाचा नवा मालमसाला सापडला, एवढे खरे. काही ठिकाणी खेडेगाव आणि शाळा ही दोन्ही जगे एकमेकांत मिसळून गेली आहेत. खेडेगावात निदान प्राथमिक शाळा तरी असतेच. त्या वातावरणातील कथा या आपोआपच दोन्ही वैशिष्ट्यांनी युक्त आहेत. 'माझ्या बापाची पेंड', 'व्यंकूची शिकवणी', 'दळण' इत्यादी गोष्टी अशा प्रकारच्या आहेत. 'घमघम विद्या', 'प्रगती', 'रहस्यकथा', 'अभ्यास' या गोष्टी माध्यमिक शाळेतल्या आहेत आणि म्हणून त्या तालुक्याच्या गावच्या; थोड्याशा शहरी वातावरणाला जवळच्या आहेत. पण हा बदल सोडला, तर या दोन्ही वेगवेगळ्या जगांकडे मी समभावानेच पाहिलेले आहे आणि सगचित्त करूनच त्यातून वावरलो आहे, हे वाचकांच्या सहज ध्यानात येण्यासारखे आहे.

आतापर्यंत मी माझ्या विनोदाचे वेगळेपण सांगण्याचा प्रयत्न केला. हा वेगळेपणा माझा स्वतःचाच आहे. त्यात मी कोणाचे अनुकरण केले नाही. अनुकरण करावे, असे माझ्यासमोर कोणी नव्हतेही. सगळ्याच गोष्टीत मला उत्तम विनोद निर्माण करता आला किंवा यश मिळाले, असे मला म्हणायचे नाही. त्यातील यशापश हे रसिक वाचकांनी आणि डोळस समीक्षकांनी ठरवावे, हे चांगले. टीकात्मक लिखाण ही काही माझी भक्कम बाजू नव्हे. काही एका मर्यादेपलीकडे मला अधिक विश्लेषण करणे जमणार नाही. स्वतःच्या लेखनाच्या बाबतीत तर ते फारच कठीण आहे. या जगात प्रत्येकाला काही वेगळे अनुभव येत असतात, हेही खरे आहे. बरेचसे जग सगळ्यांना सारखेच दिसते. मग एक लेखक त्या अनुभवावर गंभीरपणे लिहितो आणि दुसरा त्याकडे हलक्याफुलक्या दृष्टीने, गमतीदारपणे का बघतो? एकाच अनुभवाला या वेगवेगळ्या पातळ्या कशा लाभतात? मी विनोदीच लेखन का केले? गंभीर लेखन केले असले

तरी विनोदी लेखनच संख्येने अधिक आणि तुलनेने यशस्वी का? 'मनाची स्वाभाविक प्रवृत्ती' हे याचे संक्षिप्त उत्तर बरोबर असले तरी ढोबळ आहे. या उत्तराने पुरेसे समाधान होत नाही. माहीत नसलेल्या फुलाचे नाव विचारले म्हणजे 'असेल कुठले तरी विलायती', असे म्हणून आपण वेळ मारून नेतो. त्यापैकीच हा प्रकार नव्हे काय? नेमके काही सांगता येत नाही. एवढे खरे की, विनोद ही एक जीवनदृष्टी आहे. आयुष्याकडे पाहण्यासाठी विशिष्ट कोन करून धरलेली ती एक मजेदार दुर्बीण आहे; ती मला मिळाली असेल. या दुर्बिणीतून पाहिले म्हणजे जग कसे गमतीदार आणि हलकेफुलके दिसते! संगतीपेक्षा विसंगतीकडे अधिक लक्ष जाते. रस्ता डांबरी असला तरी त्यातील खड्डे आधी दिसतात. स्वच्छ सूर्यप्रकाशात चाललेल्या माणसाचे टक्कल उन्हात चकाकत असल्याची जाणीव होते. पाय घसरून भर रस्त्यात रस्त्याशी समांतर रेषेत पडलेल्या एखाद्या ढेरपोट्यापाशी थांबून कुतूहलाने त्याचे तोंड न्याहाळावे, असे वाटू लागते. स्वत:शीच पुटपुटत, बडबडत चाललेली भ्रांतिष्ट माणसे दिसतात. शहाणपणाचा आव आणून स्वत:चा मूर्खपणा मात्र प्रकट करणारी रत्ने जागोजाग आढळतात. वाटेल तशा थापा मारून इतरांची करमणूक करणाऱ्या आणि स्वत:ची फसवणूक करणाऱ्या अलौकिक चिजा डोळ्यांत भरतात. जीवनातली सगळी विसंगती आणि विरूपता स्पष्टपणे समोर उभी राहते. इतकेच नव्हे, तर या विसंगती आणि विरूपतेपाठीमागे दडलेले माणसाच्या आयुष्यातील दु:खही जाणवते. विसंगतीला, मूर्खपणाला, हसता-हसता कीवही येते आणि सहानुभूतीही वाटते.

हे दु:ख जेव्हा सहजपणे या विनोदातून व्यक्त होते, त्या दु:खविषयी सहानुभूती निर्माण होते, तेव्हा त्या विनोदाला काही वेगळीच पातळीही प्राप्त होते. त्याला चिरतारुण्याचा वर प्राप्त होतो. सकाळी अर्धवट उमललेल्या फुलासारखा तो विनोद ताजा आणि टवटवीत करतो. त्याचा सुगंध कधीही नष्ट होत नाही.

## तो दिव्य स्पर्श

माझ्या लेखनातील विनोदाला हा दिव्य स्पर्श झाला आहे की नाही, हे मला सांगता येणार नाही. पुष्कळ ठिकाणी तो झालेला नाही, हे खरे आहे. तो अनेक वेळा आपली करमणूक करतो, हसवतो. चुटके, गोष्टी, गप्पा सांगून केवळ मनोरंजन करण्यातच संतोष मानतो. यापलीकडे तो जात नाही. हां, मनोरंजन हीही साधीसुधी गोष्ट नव्हे. वाटेल त्याला ते जमत नाही आणि जमणारही नाही. ते काही 'येरागबाळाचे काम नोहे.' वाचकांचे चांगले मनोरंजन

करणे, ही गोष्ट जरी मी चांगली करू शकत असेन तरी थोडे नाही. रंजन हे एक मोठे मूल्य आहे, असे मी मानतो. मनोरंजनाची उत्तम पातळी गाठता आली तर तिलाही एक कलात्मक स्वरूप निश्चित प्राप्त होते, अशी माझी दृढ समजूत आहे. वाङ्मयाचा मूलभूत हेतू 'रंजन' हाच आहे, असे मी मानतो. त्याच दृष्टीने मी गोष्टी सांगत आणि लिहीत आलो आहे. मग त्या साध्यासुध्या गप्पागोष्टी असोत, कहाण्या असोत की, लहानसे चुटके असोत. ते सांगण्याची मला खंत वाटत नाही. कधी वाटणारही नाही. गोष्टीवेल्हाळपणा हीच माझी शक्ती आहे. काहींच्या दृष्टीने ती माझी मर्यादाही असेल; पण ती शक्तीही लहानसहान नाही. तिने पुष्कळ चमत्कार घडविले आहेत. रंजनाला मी फार महत्त्व देतो, हे खरेच आहे. वर म्हटल्याप्रमाणे रंजन ही वाङ्मयाची मूलभूत प्रेरणा आहे, असेच मला वाटते; पण तरीही ती एक प्राथमिक प्रेरणा आहे, ते वाङ्मयाचे अंतिम उद्दिष्ट नव्हे, असेही मला वाटते. जीवनाचा अस्सल गाभाच रसिकांच्या हवाली करणे, हे साहित्याचे प्रयोजन आहे. माझा विनोद हे उद्दिष्ट साध्य केव्हा करील, असा मी स्वतःलाच प्रश्न विचारीत असतो. जेव्हा जेव्हा हा प्रश्न मी विचारतो, तेव्हा तेव्हा 'नव्याण्णवबादची एक सफर', 'कोणे एके काळी' अशा काही गोष्टी मला आठवतात. 'कोण एके काळी' या गोष्टीतील राजाचा विदूषक नियतीने त्याच्या वाट्याला दिलेले दुःख केवळ विनोदाच्या साह्यानेच झाकतो.

'नव्याण्णवबादची एक सफर' या गोष्टीतला नाना घोडके या इसमाचे लग्न झालेले नाही आणि ते कधी होण्यासारखे नाही. त्याच्या या मूक दुःखाला त्याच्या थापांमधून वाचा फुटते. आपण मोठे कसे आहोत आणि बायकांबरोबर आपण कसकशा भानगडी केल्या आहेत, याच्या वाटेल त्या हकिगती तो सांगत राहतो. या सगळ्या थापा आहेत, हे माहीत असूनही त्या ऐकाव्याशा वाटतात आणि ऐकत असताना लोक भान विसरून त्यात रंगून जातात. असा हा स्पर्श कोठे कोठे झाला आहे. या दिव्य परिसराचा स्पर्श आपल्या विनोदाला यापुढेही होत राहावा, अशी माझी इच्छा आहे. ते सामर्थ्य माझ्या विनोदात आहे, असा पुरेपूर आत्मविश्वास आहे. म्हणून 'नव्याण्णवबाद'मधील गोष्टीची जी अखेर आहे, ते चित्र माझ्या डोळ्यांसमोर नेहमी उभे राहते... नाना घोडक्याप्रमाणे आपणही गप्पागोष्टी सांगत आहोत, ऐकणारे लोक भान विसरून ऐकत आहेत आणि आपले नेहमीचे रुक्ष, भकास जीवन पुन्हा एकदा अद्‌भुततेने भरून गेले आहे!!...

/

# १२.
# गंगा आली रे अंगणी

तसे तालुक्याचे गाव असून असून असे किती मोठे असणार? पंचवीस-तीस हजारांची वस्ती. पण तीर्थक्षेत्र म्हणून गावाचा थोडासा लौकिक होता. गावाच्या मध्यभागी महादेवाचे एक जुने हेमाडपंती देऊळ होते. हा महादेव म्हणजे जागृत देवस्थान आहे असा बोभाटा होता. केव्हातरी चैत्र महिन्यात महादेवाची जत्राही भरत असे. महाशिवरात्रीलाही थोडीफार गर्दी होई. यानिमित्ताने गावात थोडीशी पैशाची उलाढाल व्हायची. त्यामुळे लोकांचे बरे चालले होते.

तालुक्याचे गाव असल्यामुळे गावाला नगरपालिका होती. त्यामुळे गावातील रस्ते खाचखळग्यांनी भरलेले होते. भरपूर कचरा आणि घाण होती. घरोघर नळ होते. त्या नळाला अधूनमधून पाणीही येत असे. एकेकाळी सगळीकडे उघडी गटारे होती. त्याचे झुळझुळ वाहणारे पाणी सर्वत्र छान दिसत असे. कधीकधी ही गटारे तुंबली म्हणजे हे पाणी रस्त्यावरही येई. अलीकडे मात्र नगरपालिकेने ड्रेनेजची सुधारणा केल्यामुळे काही काही ठिकाणी ही गटारे आता दृष्टीआड झाली होती.

गावात जत्रा भरण्याचे आणखी एक कारण होते. महादेवाचे हे देऊळ नुसतेच जागृत देवस्थान नव्हते, तर या जागृत देवामुळे इथं अधूनमधून चमत्कारही घडतात हे लोकांना ठाऊक होते. महाशिवरात्रीच्या मध्यरात्री भगवान शंकर एकदा प्रत्यक्ष प्रकट झालेले फक्त डोळ्यांनी पाहिले असे एकादोघा गांजेकस भक्तांनी चिलीम ओढता ओढता अगदी मनमोकळेपणाने कबूल केले होते. काहीजणांना फक्त नंदी दिसला होता;

तर काहीजणांना भूतगणाचेही दर्शन घडलं होतं. भांग पिणाऱ्यांच्या एका मैफलीत तर एकदा मंगलमूर्ती गजानन आपल्या पित्याच्या दर्शनाला आल्याचे आणि शंकर-पार्वती या मातापित्यास नमस्कार करून लगबगीने परत आपल्या देवळाकडे गेल्याचे 'आँखो देखा हाल' वर्णन सर्वांना ऐकवले होते. शंकराच्या गळ्यात रुळणारा भुजंगही काही वेळेला पिंडीभोवती वळवळताना काही बायाबापड्यांना दिसला होता. निदान त्यांना तसा भास तरी निश्चितच झाला होता. देवळात घडणारे चमत्कार हे खरेच असतात याबद्दल कुणाला शंका नव्हती.

महाशिवरात्र होऊन एक-दोन दिवस झाले असावेत. जत्रा आता ओसरली होती. नेहमीचे उद्योगधंदे करायला हे लोक मोकळे झाले होते. या खेपेला एकदेखील चमत्कार कसा काय घडला नाही, याचे काही भाविक मंडळींना जरा आश्चर्य वाटत होते. आपापसात त्यांची चर्चा चालू होती.

–आणि मग एकदम चमत्कार घडला!... खरोखरीच घडला!

ऐन सकाळची वेळ. नुकतेच उजाडले होते. ऊन्हं पसरत होती. हवेत छान गारवा होता. बहुतेक मंडळी अजून अंथरुणात लोळत होती. अगदीच नेमाने महादेवाच्या दर्शनाला येणारे तुरळक म्हातारे-कोतारे सोडले तर रस्त्यावर फारशी गर्दी अशी नव्हतीच. कुणीतरी 'हर हर हर...' करीत रस्त्याने पुटपुटत चालले होते आणि तो चमत्कार एकदम घडला.

देवळासमोरच एक लहानसे पटांगण होते. पटांगणात अर्थातच कचरा, खाचखड्डे होते. एकाएकी एका ठिकाणाहून कारंजासारखी पाण्याची धार उडू लागली! बघता बघता पाणी वाहू लागले.

गळ्यात चांदीचे लिंग घातलेले शंकरअण्णा रोज सकाळी अंघोळ आटोपून महादेवाच्या दर्शनाला नियमितपणे येत असत. त्यांचे किराणा मालाचे मोठे दुकान होते. दिवसभर गिऱ्हाईकांना लुबाडल्यानंतर दुसरे दिवशी सकाळी पापक्षालन करण्यासाठी महादेवाचं दर्शन घेणं त्यांना आवश्यक वाटत असे. घरून आणलेला पाण्याचा तांब्या एकदा पिंडीवर उपडा करायचा आणि तांब्यावरच्या ताटलीतले गंध एकदा पिंडीला फासले की, ते कृतकृत्य होत असत. आजही असेच कृतकृत्य होऊन ते देवळाबाहेर पडले तोच त्यांना पटांगणातील चमत्कार दिसला.

क्षणभर त्यांचा डोळ्यांवर विश्वासच बसेना...

पाण्याची कारंजासारखी धार? अन् तीही या कोरड्या ठणठणीत पटांगणातून एकदम?

त्यांनी पुन्हा एकदा डोळे चोळून समोर पाहिले.

होय, गोष्ट खरीच होती. पाण्याची धार कारंजासारखी उडत होती. भुईवरून पाणी इकडेतिकडे वहात होते.

म्हणजे? हा काय प्रकार?

एकदम ते ओरडले, "अरे चमत्कार... चमत्कार!... गंगा आली. महादेवासमोर प्रत्यक्ष गंगा प्रकट झाली!..."

शंकरअण्णांचा भसाडा आवाज लांबपर्यंत ऐकू गेला आणि भराभरा माणसे गोळा होऊ लागली. म्हातारेकोतारे, तरणेताठे, बायकापोरे सगळ्यांची गर्दी जमू लागली. एकदा पहिली गर्दी जमली म्हणजे आणखी गर्दी गोळा व्हायला वेळ लागत नाही. एवढी माणसे का गोळा झाली आहेत हे बघण्यासाठी आणखी मंडळी भराभर जमू लागली. त्यात कमरेखाली धोतर सरकवलेले, थुलथुलीत पोटाचे आबा भटजी होते. हेकण्या डोळ्याचा रघू कुलकर्णी होता. नुसत्या गप्पा मारीत अन् फुकटचा चहा पीत वेळ काढणारा पांडू घडशी होता. शाळेला निघालेले चव्हाण मास्तर होते. बंडू तेल्याची बायको पार्वती होती. मिश्रीचे दात घासता घासताच पळत आलेली जनाबाई होती. इतरही अनेक रंगीबेरंगी बायका गोळ्या झाल्या होत्या आणि चिल्लीपिल्ली तर पुष्कळच होती.

चहा कसाबसा संपवून पांडू घडशी पळत येत होता. काय झाले नेमके हे त्याला कळलेच नव्हते. रघू कुलकर्ण्याला वाटेतच थांबवून त्याने विचारले, "काय झालं? का मानसं एवढी पळाय लागलीत?"

दम घेत, थोडा थांबून हेकणा रघू कुलकर्णी म्हणाला, "नक्की मलाही माहीत नाही; पण गंगू आली... गंगू आली असं कुणीतरी म्हणत होतं..."

पांडूनं एकदम तोंडाचा आ वासला.

"गंगू?... म्हणजे आपली गंगू नायकीन?"

"आसंल, तीच आसंल."

"ती कुठं गेलती?"

"त्या शेटजीबरुबर न्हवती का गेली मुंबईच्या ट्रिपला?"

"त्याला लै दिस झालं!... पुना आल्ती गावात–"

"मग पुन्हा गेली आसंल आन् पुन्हा परुत आली आसंल! लै खोडील बाई है."

"आसंल, आसंल! पन आली माघारी हे झकास झालं. करमत न्हवतं कुनालाच."

"हे मात्र खरं आहे!"

रघु कुलकर्ण्याने मान डोलवली.

गंगू नायकीण हे खरोखरीच गावातील एक खास प्रकरण होते. तरणीताठी अन् रूपवान अशी ही बाई एरवी कधी बाहेर पडतच नसे. संध्याकाळी मात्र ती महादेवाच्या दर्शनाला थाटमाट करून जाई. बरोबर एखादी कुळंबीण हातातल्या

ताटात बेल, फुले असले काहीतरी घेऊन चाललेली असे. तिच्याशी बोलत आणि रस्त्यावरच्या माणसांकडे ढुंकूनही न बघता ती देवळाकडे जाई. माणसे तिच्या रूपाकडे आणि रसरशीत देहाकडे नुसती बघतच राहत. तिच्या पदराचा वारा जरी लागला तरी एकेक गुलछबू लोक घायाळ होत. गंगू म्हणजे गावच्या सौंदर्याचा मुकुटच होता.

पण एरवी संध्याकाळी जाणारी ही मदनमस्त बाई आज इतक्या सकाळी कशी बाहेर पडली? इतक्या सकाळी बाहेर पडलेले तिला कधी, कुणी पाहिले नव्हते. 'चमत्कार झाला, चमत्कार झाला' असं काहीजण म्हणत होते खरे. तो हाच चमत्कार असावा.

धावतपळत पटांगणातल्या गर्दीजवळ येत रघूनं घाईघाईत चौकशी केली, "कुठाय गंगू?"

हा प्रश्न ऐकल्यावर जवळपासची मंडळी एकदम फस्‌कन हसली.

एकाने विचारले, "गंगू? कोण गंगू?"

"आपली गंगू नायकीण हो–"

"आपली? जशी काही तुझ्या बानं ठिवल्यागत बोलाय लागलाय रघोबा तुमी."

हे ऐकल्यावर पुन्हा हशा झाला. रघू जरा वरमला. आपल्या तिरळ्या डोळ्यांनी त्याने सगळीकडे एकदा नजर फिरवली. गर्दीत बऱ्याच बायाबापड्या होत्या. पण दृष्टिलाभ घ्यावा असे त्यात कुणी नव्हतेच. गंगू तर नव्हतीच नव्हती. अशा गर्दीत ती थांबणंही शक्य नव्हते. आपल्या समजुतीत काहीतरी घोटाळा झाला आहे एवढे रघूच्या लक्षात आले.

"मग काय झालंय काय? एवढी गर्दी कशापाई?"

"जरा तिरळा डोळा सरळ करून बघ की! दिसत न्हाई का हा चमत्कार?"

"कसला चमत्कार?"

"ते काय पानी उडाय लागलं जिमिनीतनं. नुसतं कारंजावानी उडतंय की!"

आत्ता ध्यानात आले. देवळासमोरच्या पटांगणातून एकदम पाण्याची कारंजासारखी धार उडू लागली म्हणजे काय? याला चमत्कार म्हणायचे नाही तर काय म्हणायचे?

शंकरअण्णा या वेळेपर्यंत गर्दीत मिसळले होते. तावातावाने सर्वांना सांगत होते, "अरे, शिवाच्या डोक्यातली गंगा इथं प्रकट झाली आहे."

"तुमी परत्यक्ष बघितलं?"

"काय बघितलं?"

"प्रगट हुताना?"

"तर!"

"म्हंजे गंगामाई डोळ्यांनी बघितली म्हणता तुमी?"

“अर्थातच!...” शंकरअण्णांना आता माघार घेणे शक्यच नव्हते. त्यांनी ठणकावून सांगितले की, महादेवाची पूजा करीत असताना एक बाई पिंडीतून प्रत्यक्ष प्रगट झाली. महादेवाला नमस्कार करून ती लगबगीने देवळाबाहेर आली आणि एकदम पाणी कारंजाप्रमाणे उडू लागले. डोळ्यांनी पाहिलेल्या या गोष्टी. पापी माणसाला त्या दिसणेच शक्य नाही! मी रोज नेमाने देवाला पाणी घालून गंधफूल वाहतो म्हणून हा देवदुर्लभ देखावा मला प्रत्यक्ष पाहायला मिळाला!

शंकरअण्णांच्या ह्या बोलण्यावर गर्दीत बरीच चर्चा झाली. न्हाव्याची जनाबाई बायकांच्या घोळक्यात उभी होती. तोंडातली मिश्रीची पिंक बाहेर टाकून ती म्हणाली, “ह्यो मुडदा पुण्यवान व्हय? मग देव कोपला म्हणायचा. रुपायाचा गूळ अन् गुळाचा रुपाया आसं सांगून डबल पैसे काढतोय ह्यो गोरगरिबाकडनं. आन् ह्याला गंगा दिसली व्हय? हात् दोडा!”

जाडी पार्वती म्हणाली, “रोज तमाशाला जातोय की बाबा ह्यो. एकबारी कधी चुकत न्हाई.”

“तुमाला काय म्हाईत?” कुणीतरी मधेच विचारले.

पार्वती ठसक्यात म्हणाली, “आमची माणसं जात्यात ना रोज. त्यांनीच मला सांगितलं.”

“मग बरोबर है, उंदराला मांजर साक्षी–”

हा संवाद झाल्यामुळे गर्दीतल्या बायामंडळींत हशा पिकला. पार्वती त्यामुळे वरमली. तेवढ्यात इतका वेळ पोटावरून हात फिरवित गप्प उभे राहिलेले आबा भटजी म्हणाले, “अरे, गंगा प्रत्यक्ष प्रकट झाली आहे अन् नुसत्या गप्पा मारत काय उभे राहिलाय?”

“मग काय करावं आता?”

“अरे, तीर्थ घ्या ना मग! एवढा चमत्कार झाला अन् साधं तीर्थ घ्यायची आठवण नाही कुणाला?”

आबा भटजी एवढे बोलूनच थांबले नाहीत. त्यांनी दोन्ही हातांची ओंजळ करून पाण्याच्या धारेत धरली. तोंड धुतले. मग एका हातात पाणी घेऊन ते भाविकपणे तोंडात सोडून डोळे विस्फारून म्हणाले, “वाऽऽ... गंगेचं पाणी बाकी काही वेगळंच म्हणतात ते काही खोटं नाही. पाण्याची चवच सांगतेय– ही गंगा आहे म्हणून...”

पांडू घडशी लगेच पुढे सरसावला. त्याने गंगामाईला भाविकपणे वंदन केले. मग हात पसरून तीर्थाचे पाणी घेऊन त्याचा घोट घेतला. तोही एकदम खूश झाला. “खरं हं!... गंगेचं पानी वायलंच आसतं म्हनत्यात ते काही खोटं न्हाई. एकदम बेष्ट.”

हे ऐकल्यावर मग काय!... एकदम झुंबडच उडाली. जो तो त्या पाण्यावर

तुटूनच पडला. माणसे भराभर हात पुढे करून तीर्थ घेऊ लागली. कारंजापाशी एकच रेटारेटी झाली. जो तो आधी तीर्थ आपल्या हातात पडावं म्हणून ढकलाढकली करू लागला. काही बायांनी स्वत: तर तीर्थ घेतलेच, पण हा लाभ आपल्या पोरांनाही मिळावा म्हणून आपल्या पोरांनाही त्या स्पर्धेत पुढे ढकलले. एकच गोंधळ उडाला. काहीजणांचे या गडबडीत अंगावरचे कपडे भिजून चिंब झाले. खाली झालेल्या निसरड्यात काहीजण घसरून आपटले. त्यांचे सर्वांग चिखलाने माखून निघाले. काहीजणांच्या अंगावरून मागच्या लोकांनी पुढे चाल केली. तुडवातुडवी झाली. खाली सापडलेल्या वीरांनी मरणांतिक किंकाळ्या फोडल्या. त्यामुळे काही क्षण त्या पटांगणाला युद्धभूमीचे स्वरूप प्राप्त झाले.

पहिला बहर ओसरल्यावर जरा गर्दी ओसरली. तीर्थ घेऊन पावन झालेल्या मंडळींत पुन्हा एकदा चर्चा सुरू झाली.

एकजणांनी तीर्थ प्राशन करताकरताच जिज्ञासू मुद्रेने विचारले, ''पण गंगा आपल्या हितं एकदम का प्रकट झाली आसंल?''

''का म्हंजे?''

''म्हंजे कारण काय?'' आबा भटजी बोलले.

''देवदेवतांनी प्रकट व्हायला कारण कशाला पाहिजे? आले देवाजीच्या मनात, तेथे कोनाचे चालेना– म्हणच आहे–'' पांडू घडशाने मुंडी हलवली.

''आन् पाप लई झालंना की, देवदेवता प्रगट हुत्यातच. गावात पाप काय मी है?''

''खरं है.''

गर्दीतल्या बऱ्याच जणांनी माना डोलावल्या. गावात पाप फार माजले आहे. लबाड आणि लुच्च्या माणसांची संख्या तर भलतीच वाढली आहे. हे सत्य बहुतेक सर्वांनी एकमेकांना समजावून सांगितलं. तेव्हा असा काहीतरी चमत्कार होणारच. लोकांनी गंगेचे तीर्थ प्राशन करून आपली पापे धुऊन टाकावीत, अशी देवाचीच इच्छा दिसते. परमेश्वराने ही एक संधीच सर्वांना सुधारण्यासाठी दिली आहे. तेव्हा सर्वांनीच या पर्वणीचा फायदा घेऊन आपले वर्तन यापुढे सुधारावे हे उत्तम. यापुढे लबाडी, फसवणूक, शिंदळकी, चोरीचहाडी या गोष्टी एकदम बंद... आता भलेपणाने दोरीसूत पद्धतीने वागायचे. भजनकीर्तनात वेळ घालवायचा. जेवढे पुण्य मिळवता येईल तेवढे मिळवायचे.

सर्वांचे या मुद्द्यावर एकमत झाले. त्या गडबडीत शंकरअण्णांनी रिकामा तांब्या तीर्थाने भरून घेतला. म्हणाले, ''आपण एक गंगा प्रत्यक्ष पाहिली. तीर्थ घेतलं. मग घरच्या लोकांना ते द्यायला नको? घरी जाऊन मी सगळ्यांना देणार.''

–आणि घाईघाईने ते घराकडे गेलेसुद्धा.

मग काय! सगळ्याच लोकांना एकदम आपापल्या घरची आठवण झाली. त्यांनाही गंगामाईचा प्रसाद मिळायला पाहिजे, आपल्या एकट्याचेच कल्याण होऊन कसे चालेल? आपणही घरी जाऊन तांब्या, कळशी, हंडा असले काही आणावे आणि भरपूर तीर्थ घरी न्यावे. सगळ्या घरालाच त्याचा लाभ होईल.

जाडी पार्वती म्हणाली, ''आमची माणसं आजून झोपल्यालं असतील. त्यांना उठवून हंडा देऊनच हिकडं लावून देते.''

जनाबाईने लगेच तिला दुजोरा दिला, ''जा बाई, जा लवकर. काल घाण्यावर बसून-बसून समदं आंग तेलकाट झालं आसंल. हितं येऊन आंगूळच कर म्हणावं.''

ही कल्पना ऐकल्यावर सर्वांनाच एकदम नवीन साक्षात्कार झाला. घरी तीर्थ तर नेलेच पाहिजे. पण गंगेच्या पाण्यानं इथंच अंघोळ केली तर? अंघोळीला अंघोळ तर झालीच, पण भरपूर पुण्याई पदरात पडणार.

मग पुन्हा पळापळ झाली. कुणीकुणी घरोघर जाऊन तीर्थ पळवण्यासाठी भांडी तर आणलीच, पण काहीजण अंघोळ करण्याच्या तयारीनेच तेथे येऊन दाखल झाले. पुन्हा गोंधळ झाला. अंघोळ सर्वांआधी उरकून घेण्यासाठी पुन्हा लट्ठालट्ठी सुरू झाली. आधीच झालेल्या निसरड्या चिखलात पुन्हा भर पडली. काहीजण अंघोळ करताकरताच लोकांच्या पळापळीने पुन्हा चिखलात बरबटले, तर नुसते तीर्थ घरी न्यायला आलेले खाली आदळल्यामुळे त्यांना खरोखरीच अंघोळीची आवश्यकता वाटू लागली. म्हाताऱ्या-कोताऱ्या चार-दोन बायांनीही आपली अंगे भिजवून घेतली. बंडू तेल्यानं पाण्याने भरून घेतलेला जड तांब्या वरच्यावर कुणीतरी उडवला आणि तो नेमका हेकण्या रघू कुलकर्ण्याच्या टाळक्यावर जाऊन जोरात आदळला. त्याबरोबर रघूने मोठ्यांदा चीत्कार केला आणि खवळून जाऊन तो ओरडला, ''मेलो ए मेलो, तुझ्या आयला!... हलकट माणूस! बास कर आंगूळ तुझी.''

चिडून जाऊन रघूने तो तांब्या बंडूच्या दिशेने फेकला. तो बंडूला बरोबर लागला असता तर त्याचे थोबाडच फुटले असते. पण पांडू घडशाने मधेच झेप घेतल्यामुळे तो तांब्या त्याच्या तंगडीवर आदळला आणि त्याला सणसणीत मार बसला. त्यानंही एकदम ठणाणा केला.

हा गोंधळ आणखीही काही वेळ चालू राहिला असता; पण तेवढ्यात आणखी एक चमत्कार घडला. लोकांच्या ध्यानीमनी असलेली गोष्ट झाली.

प्रत्यक्ष गंगू नायकीणच आपल्या नेहमीच्या बाईबरोबर तेथे अवतीर्ण झाली!

ती गोरीपान, तरणीताठी, देखणी बाई लफक् लफक् करीत येताना दिसल्याबरोबरच लोकांचे तीर्थावरील लक्ष उडाले. गडीमाणसे नव्हे, तरी बायासुद्धा तिच्याकडे टकामका बघतच राहिल्या. दिवसा कधी न दिसणारी ही रंभा आज इतक्या सकाळी इथं कशी आली? हा सारा चमत्कार!

गंगूने एकदा सगळ्या गर्दीकडे तटस्थ नजरेने पाहिले. एकूण परिस्थितीचा अंदाज घेतला. मग कुठल्यातरी बाईला तिने विचारले,

"लै चमत्कार झालाय म्हणं– कसला चमत्कार?"

तिचा तो मधाळ आवाजातला प्रश्न ऐकून सर्व पुरुषमंडळींच्या काळजाचे पाणीपाणी झाले. हेकणा रघू भस्‌दिशी पुढे होऊन म्हणाला, "गंगूबाई, प्रत्यक्ष गंगा प्रकट झालीय! बघा ना कशी कारंजासारखी पाण्याची धार उडतीय–"

"अगं बाई!... खरंच की..."

गंगूने तोंडावर आपली रंगवलेली पातळ बोटे ठेवून मोठे नाजूक आश्चर्य व्यक्त केले. ते पाहून पुन्हा एकदा सर्वांच्या काळजाचे पाणीपाणी झाले.

रघूने पुन्हा एकदा आगाऊपणाने तिला विचारले, "तुम्हाला तीर्थ नाही घ्यायचं का?... घ्या ना बाई. तेवढंच पुण्यही... तांब्या आणलाय का?"

पांडूने आपली दुखरी तंगडी सांभाळीत पुन्हा एकदा तिच्यासमोर मुसंडी मारली. मघाचाच तांब्या पुढे करून त्याने नम्रपणे म्हटले, "हा हाय की तांब्या! घ्या. सावकाश परत करा. न्हाई तर मी येईन घरी शेवट तांब्या न्यायला."

"काही नको!"

एवढं बोलून गंगू मोठ्या नखऱ्यात पाण्याकडे ठुमकत ठुमकत गेली. त्याबरोबर व्हीआयपी माणूस दिसावे त्याप्रमाणे माणसं बाजूला सरकली. हातावर तिने थोडेसे पाणी घेऊन ते तोंडात सोडले. त्याबरोबर तिची मुद्रा जरा वेडीवाकडी झाली. पुन्हा किनऱ्या आवाजात म्हणाली, "आसं का लागतंय पाणी है?"

पांडू म्हणाला, "तीर्थ म्हनत्यात त्याला. त्या पान्याची चव आशी वेगळीच आसती."

जनाबाई हलक्या आवाजात जवळपासच्या बायांना बोलली. "तीर्थबी ग्वाड लागायला पुन्य लागतं. बोलून चालून नायकीन ही. तिला काय तीर्थाची चव!"

बरोबरीच्या बायका चोरट्या स्वरात हसल्या. पण सगळ्यांचे लक्ष गंगूकडेच होते. कारण आपली माणसं तिच्याकडे पाहत उभी राहिली आहेत काय, अशी शंका त्यांना येत होती. काहीजणींच्या मुद्रा त्यामुळे कावऱ्याबावऱ्या झाल्या होत्या. शेवटी किती वेळ इथं उभी राहणार या विचाराने त्या अस्वस्थ झाल्या होत्या. पुरुषमंडळी मात्र खूश होती. गंगूने या ठिकाणी अंघोळच करायची ठरवली तर काय बहार होईल, अशीही गोड कल्पना एका-दोघांच्या डोक्यात येत होती.

–आणि मग शेवटचा चमत्कार घडला!

लांबून चार-दोन सायकलवाले कामगार आले. त्यांच्या हातात कसली तरी हत्यारे होती. ते सायकलीवरून उतरले. त्यांच्या पाठोपाठ फटफटीवरून एक देशी साहेब आले. ते पण तेथे थांबले. त्यांनी गर्दीकडे पाहून आश्चर्यचकित मुद्रा केली.

"अरे, एवढी गर्दी कसली? काय भानगड आहे?"

गर्दीतील एकजण पुढे होऊन बोलला, "अहो, गंगा प्रकट झालीय..."

"फार मोठा चमत्कार झालाय!..."

साहेबांनी तोंड वासले.

"गंगा प्रकट झालीय?"

"ते काय कारंजासारखं पानी उडाय लागलेय! समदी तीर्थ घ्यायला लागलेत. काहीजण तर अंघोळी करताहेत. तुमी पण तीर्थ घ्या ना साहेब. आपण म्युनिसिपालटीत आसता ना?"

"होय, आम्ही म्युनिसिपालिटीचे लोक आहोत."

"बरं, मग?"

"अरे, ड्रेनेज फुटलंय खाली म्हणून दुरुस्त करायला आलोय! गंगा कसली प्रकट झालीय! तुम्हाला काही अकला आहेत की नाही. चला, चालायला लागा. आम्हाला काम करू द्या."

हे ऐकल्यावर एकदम पांगापांग झाली. पाच मिनिटांत तेथे एकही पुण्यवान माणूस राहिला नाही. फक्त म्युनिसिपालिटीचे कामगार मुकाट्याने उकराउकर करीत राहिले.

# १३.
# अशीही एक शाळा-तपासणी

खरं म्हणजे क्रिकेटमधले मला फारसे काही कळत नाही. लहानपणी गल्लीत खेळलो तेवढेच. समोरच्या पोराने आपल्याकडे जोरात चेंडू फेकला, की आपण बॅट नावाचे फळकूट जोराने फिरवायचे एवढेच ठाऊक. बऱ्याच वेळा फळकुटाची आणि चेंडूची गाठ पडायचीच नाही. चुकून एखाद्या वेळी तो योग यायचा. बहुधा दहा-बारा चेंडूंत दांडी उडायची. मग बाकीचा वेळ फक्त क्षेत्ररक्षण नावाची नुसती पळापळ. एकदा तर गोलंदाज नावाच्या प्राण्याने दातओठ खाऊन चेंडू माझ्याकडे फेकला तो बरोबर पायाच्या नडगीवर. पायचीत तर झालोच, पण नडगी काही दिवस बाद झाली. तेव्हापासून क्रिकेटचा खेळ बंदच. आता नुसता सामना पाहतो. तोही दूरदर्शनवर. त्यातही वेगवान गोलंदाज गोलंदाजी करायला आला तर मी दूरदर्शनपासून जरा लांबच बसतो. हो, उगीच धोका पत्करायला नको!

पण तरी क्रिकेटचा खेळ नुसता बघायला फार छान. मला आवडतो.

जरा जुनी गोष्ट आहे. भारत आणि वेस्ट इंडिज यांचा कसोटी सामना होता. आपल्या देशात का परदेशात ते आता आठवत नाही. पण मोठी चुरस निर्माण झाली होती, एवढे खास. हा सामना डोळे भरून पाहायचा– अर्थात दूरदर्शनवर– असे मी ठरवले होते. सरकारी कार्यालये, बँका यांना अर्थातच या सामन्याचे काही सोयरसुतक नव्हते. त्या चालूच राहणार होत्या. पण आमची बँक ही राष्ट्रीयीकरण झालेली बँक. त्यामुळे कामाला दांडी मारणे तसे काही अवघड नव्हतेच. दोन दिवसांची रजा काढली होती.

आज निवांत दूरदर्शनवर सामना बघत मोठ्या मजेत दिवस घालवायचा, असा नामी बेत ठरवला होता. सकाळी लवकर सगळे आन्हिक उरकले. सामना सुरू व्हायची वाट पाहात होतो. आजचा दिवस छान जाणार याबद्दल खात्री होती. मन अगदी मोहरून आले होते.

पण कसले काय अन् कसचे काय! आपण एक ठरवतो आणि आपले दैव दुसरेच काही ठरवीत असते.

सकाळची आठ-साडेआठची वेळ. आरामखुर्चीत अंग टाकून मी झकासपैकी एक सिगारेट पेटवली होती. तिचा धूर नाकातोंडातून काढीत मी वरवर जाणाऱ्या धुराकडे बघत वेळ काढीत होतो. तेवढ्यात दारावरची घंटा वाजली. एकापाठोपाठ चार-पाच वेळा वाजली. मी ओळखले, हा बहुतेक रघ्या देशपांडे. त्यालाच असली वाईट खोड आहे. रघ्या माझा जानी दोस्त. सरकारच्या शिक्षण खात्यात बसून बरीच वर्षे शिक्षणाचे काहीतरी बरेवाईट करणे हा त्याचा पोटापाण्याचा उद्योग. ही मूर्ती आज सकाळीसकाळीच इकडे कशी? काहीतरी महत्त्वाचे काम दिसते.

मी दार उघडले. माझा तर्क अगदी अचूक होता. रघ्याच दारात उभा होता. चेहरा ओढलेला. तो मुकाट्याने आत आला आणि माझ्या आरामखुर्चीत दणकन जाऊन बसला. मी मुकाट्याने शेजारच्या स्टुलावर बसलो. रघ्याने माझीच सिगारेट पेटी उचलली. त्यातली एक सिगारेट उपसून तोंडात धरली. मग काडी पेटवून ती शिलगावली. धुराचा मोठा भपकारा सोडून माझ्या तोंडाकडे पाहिले. रघ्याचा हा नेहमीचा उद्योग. वर पुन्हा चेहरा असा की, तुझी सिगारेट ओढून मी तुझ्यावर अनंत उपकारच केले आहेत.

मी काही बोलायच्या आतच तोंडातून सिगारेट काढून ती तलवारीसाखी हातात धरून रघ्या म्हणाला, "बाळू, तू आज रजा काढलीस म्हणून समजलं–"

मी मान हलवली. "दोन दिवस, मुद्दाम काढलीय आजपासनं."

"माझं फार महत्त्वाचं काम आहे. म्हण करतो म्हणून."

"अरे पण–"

"आधी हो म्हण, मग खुलासा करतो. पटकन हो म्हण."

रघ्या पैसे मागायला आला नाही हे नक्की. त्याबाबतीत तो विश्वासू मित्र होता. उलट मीच कित्येक वेळा उसनवारी केली होती. अगदी अडचणीच्या वेळी. तेव्हा ती भानगड नाही हे नक्की. मग याचे काय काम असावे?

"बरं बाबा, करतो तुझं काम बोल–"

"शाबास! याला म्हणतात दोस्त–"

रघ्याने पुन्हा सिगारेटचे एकदोन झुरके घेतले. त्याची मुद्रा आणखीनच चिंताग्रस्त झाली. मग त्याने माझ्याकडे एक केविलवाणा दृष्टिक्षेप टाकला.

''बाळू, आज मी साहेबाबरोबर कदमवाडीच्या शाळेत इन्स्पेक्शनला जाणार होतो. पण साहेब काही येत नाहीत. त्यांचा घसा सुजलाय. मला म्हणाले, देशपांड्या, तू एकटाच जा कदमवाडीला अन् तिथल्या हायस्कूलचे इन्स्पेक्शन उरकून परत ये.''

''बरं मग?... जा की.''

''छट्! मला आज जाणं शक्यच नाही. सकाळपासनं बायकोच्या पोटात दुखतंय!''

''आं?''

''ह्यॅ ह्यॅ!... तसलं काही नाही. साधं पोटात दुखतंय. घरात दुसरं कुणी नाही. मला म्हणाली, खबरदार, आज कुठं गेलात तर! घरीच थांबा. मी तिला पुष्कळ समजावून सांगितलं, सरकारी काम आहे, मला गेलंच पाहिजे... वगैरे, वगैरे. पण ऐकायला तयार नाही अजिबात रे.''

''तुझी बायको ना? ती ऐकणाऱ्यांपैकी नाहीच.''

''म्हणून तर तुझ्याकडे आलोय.''

''म्हणजे? मी तुझ्या बायकोची समजूत घालू? छट! अजिबात जमणार नाही.''

''ते नाही सांगत रे मी.''

''मग?''

''माझ्याऐवजी तूच जा ना शाळा तपासायला. ए. डी. आय. म्हणून.''

''मी?'' मी ताडकन उडालोच.

''काय हरकत आहे? त्या कदमवाडीचं मी कधी तोंडसुद्धा बघितलेलं नाही. मला कोणी ओळखत नाही. मी काय अन् तू काय!...''

''अरे, पण मी बँकेतला माणूस. तुमचं हे इन्स्पेक्शन कशाशी खातात तेसुद्धा मला ठाऊक नाही.''

''अगदी साधं काम आहे. काय त्यात विशेष? नुसता फार्स असतो बाळू.''

''तरी पण.''

''मी सगळं समजावून सांगतो रे. तू काही काळजी करू नकोस.''

रघ्याने मला सर्व गोष्टी तपशीलवार समजावून सांगितल्या. ''कदमवाडीचे हायस्कूल तसे लहानच. पाचसातवर वर्ग. अशा शाळेची इन्स्पेक्शन– तीही सरप्राईज व्हिजिट– म्हणजे फार सोपे काम. शाळा-तपासणी हा मुळातच फारसा गंभीर प्रकार नसतो. अगदी ठरलेल्या गोष्टी. एकदोन वर्गात जाऊन मास्तरमंडळी मुलांना कशी शिकवतात ते गप्प बसून ऐकायचे. वाटलेच तर मुलांना चार-दोन प्रश्न विचारायचे. मग एखाद्या वर्गाच्या निबंधाच्या वह्या चाळायच्या. मग शाळेची मुतारी अन् संडास बघायचे. आपल्याला दिवसभरात केव्हातरी त्याची गरज लागतेच. आपोआप इन्स्पेक्शन होऊन जाते. मग शिक्षकाबरोबर इकडेतिकडे

चार गप्पा मारायच्या. चहापाणी, जेवणखाण यांची व्यवस्था होतेच. ते उरकून परत यायचे. बस्स! आहे काय अन् नाही काय! मग नंतर रिपोर्ट लिहायचा असतो. तो काय मी इथे बसून लिहीन. त्याची तुला काळजी नको. पण जरा अधिकाऱ्यासारखे वागायचे.''

''अरे, पण–''

''प्लीज बाळू. हे काम करायचे. नाही म्हणायचं नाही. तुझे पाय धरू का?''

''नको नको.''

मी झटदिशी पाय मागे घेतले. रघ्या तेही करायला मागेपुढे पाहणार नाही, याबद्दल मला खात्री होती. फार डँबीस लेकाचा.

''ठीक आहे. जातो बाबा. पण रस्ता कुठला? वाहनाची सोय काय?''

''सगळी माहिती फर्स्टक्लास देतो अन् आमच्या जीपमधनंच जायचं रे. ड्रायव्हरला सगळी कल्पना देऊन ठेवतो. तो पक्का बाटलीतला आहे. एक देशी बाटली दिली ना की खूश. त्याची नको काळजी करूस.''

मी होकारार्थी मान हलवली. रघ्याने माझा हात जोराने पिरगळून थँक यू... थँक यू... केले आणि निघून गेला. मलाही मनातून मजा वाटली. लहानपणी शाळेत आलेल्या इन्स्पेक्शनची आठवण झाली. आम्ही मास्तरला घाबरायचो आणि मास्तर त्या दिपोटीसाहेबाला घाबरायचे. मला त्यावेळी त्या दिपोटीसाहेबाचा फार हेवा वाटायचा. आपणही असेच दिपोटीसाहेब व्हायचे अन् शाळेतल्या सर्व मास्तरांवर खेकसायचे असेही मला वाटून गेले होते. तो योग आलाच नव्हता. पण रघ्याच्या कृपेने तो आलाच आहे, तर जरा अधिकार गाजवायचा.''

रघ्याने मला पैशाच्या बाबतीत इतकी मदत केली होती की, त्याला नकार देणे शक्यच नव्हते. त्यातून आपली एक सुप्त इच्छा आपोआप पूर्ण होत होती. मग काय हरकत आहे? रघ्याने मला जुजबी माहिती दिलीच होती. काही कागदपत्रं हातात कोंबले. दहा वाजता दाराशी जीप आणून उभी केली. मग मात्र मी उठलोच. कपडे करून निघालो.

ड्रायव्हर चांगला होता. कदमवाडी गावही तसे फार लांब नव्हते. तासाभरात आम्ही कदमवाडीला पोहोचलो. गावाबाहेर एका माळावरच शाळेची इमारत दिसली. रस्त्याजवळच एक फलक होता– 'माध्यमिक प्रशाला, कदमवाडी.'

बाहेरच्या पटांगणात पोरांचा धुमाकूळ चालू होता. कुणी खेळत होते, कुणी मारामाऱ्या करीत होते. आरडाओरडा चालू होता. त्यांच्या गर्दीतूनच ड्रायव्हरने जीप आत नेली आणि शाळेजवळ थांबवली. धावतधावत जीपजवळ आलेल्या दोघाचौघा पोरांना ड्रायव्हरने सांगितले, ''ए, जा रे. हेडमास्तरांना म्हणावं, साहेब आलेत.''

एकदोघे पोरे पळत आत गेली. कुणीतरी विचारले, ''कोंचा साहेब? वळूचा काय?''

''हॅट!...'' ड्रायव्हर खेकसला.

''मग? बांधाचा साहेब?''

''दिसत नाही का? शाळेचे साहेब आलेत.'' ड्रायव्हर पुन्हा खेकसला.

''आमाला वाटलं, वळूचाच साहेब आला.''

कुणीतरी एकजण कार्टे ओरडले. बाकीची फिदीफिदी हसली. मला उगीचच लाजल्यासारखे झाले.

हेडमास्तर बाहेर येईपर्यंत मी आसपास निरखून पाहिलं. रस्त्यापासून शाळेच्या इमारतीपर्यंत दोन्ही बाजूला खड्डे होते आणि त्यात काही झाडे दिसत होती. अजून ती कमरेएवढीसुद्धा वाढली नव्हती. बाकीचे खड्डे तर रिकामेच दिसत होते.

एवढ्यात तिघे-चौघे शिक्षकांसाखे दिसणारे इसम बाहेर आले. दात दाखवून त्यांनी हात जोडले. एकजण अदबीनं म्हणाला, ''या ना साहेब आत. आज एकदम कसे काय? टपाल नाही. काही नाही.''

''ही सरप्राईज व्हिजिट आहे-'' मोठ्या आवाजात मी उत्तर दिले. मग खाली उतरलो.

त्या शिक्षकांनी एकमेकांकडे पाहिले. मग त्यातील एकजण लगबगीने पुढं येऊन म्हणाला, ''या ना साहेब. आत चला.''

''तुमचे हेडमास्तर कुठं आहेत?''

एकाने दुसऱ्या प्रौढ शिक्षकाकडे बोट केले.

''हेच हेडमास्तर. आत चला की.'' मी हेडमास्तरांकडे निरखून पाहिले. धोतर, कोटटोपी. एकूण गबाळाच पोषाख. दोन भुवयांमध्ये गंधाची टिकली. जरा स्थूल शरीर. ओठावर भरघोस मिशा.

त्यांच्याबरोबर आत खोलीत गेलो.

खुर्चीत बसल्यावर हेडमास्तर म्हणाले, ''अगदी उन्हाच्या टैमाला आलात साहेब? काही चहापाणी?''

''काही नको. आधी काम.''

''तशी जेवणाचीच वेळ झालीय. आधी जेवण करा अन् मग इन्स्पेक्शन हूं द्या.''

''ते सगळं मागनं. आधी काम.''

''ठीक आहे साहेब.''

एकदोन शिक्षक खोलीत येऊन आमचे बोलणे ऐकत उभे राहिले होते. त्यांना हेडमास्तरांनी बाजूला बोलावून काही सूचना दिल्या. काय सांगितले ते मला काही कळले नाही. पण ते शिक्षक घाईघाईने बाहेर गेले. पोरांची गडबड उडालेली ऐकू

आली. कुणीतरी पटांगणावरची मुले हाकून वर्गाकडे आणली. मुलांचे घोळके वर्गाकडे जाताना दिसले. एका शिक्षकाने आतमध्ये येऊन हेडमास्तरांना कसलीतरी खूण केली. मग हेडमास्तर म्हणाले, ''चला साहेब, पाचवी ते दहावी असे सहा वर्ग आहेत. आठवीच्या वर्गावर येता?''

''चला, कुठलातरी एक वर्ग बघायचाय.''

''चला मग.''

वर्गाकडे जाईपर्यंत हेडमास्तरांनी न विचारताच शाळेची भरपूर माहिती दिली. सभापतीसाहेबांचीच शाळा आहे. त्यामुळे काही काळजी नाही. शिक्षक चांगले आहेत. निकाल उत्तम लागतात. विद्यार्थी भलतेच हुशार आहेत. खेळाच्या बाबतीत तर शाळेचा तालुक्यात नंबर आहे. एकूण शिस्त उत्तम आहे. कुणीही साहेब आलेत तरी एकदम खूश होतात. फार तपासणी करावीच लागत नाही... वगैरे वगैरे.

आठवीच्या वर्गावर गेलो. वर्ग गच्च भरलेला होता. काही लहान मुलांबरोबर काही थोराड विद्यार्थीही वर्गात दिसले. लहान गावात असे असतेच. वर्गावरच्या मास्तरांनी हात जोडून स्वागत केले. सर्व मुले उठून उभी राहिली. मी खूण केल्यावर सर्वजण खाली बसले. हेडमास्तर मला म्हणाले, ''काही विचारायचंय साहेब मुलांना.''

काय विचारायचे ते मलाही एकदम कळेना. काहीतरी विचारायचे म्हणून मी एका पोराला विचारले, ''आत्ता कुठला तास आहे रे?''

ते पोरगे सदऱ्याच्या टोकाने नाकातील पातळ पदार्थ पुशीत म्हणाले, ''आत्ता ना? भूगोलाचा.''

तेवढ्यात एक थोराड चिरंजीव उभे राहिले.

''न्हाई गुर्जी, भूगोल न्हाई, इतिहासाचा.''

''न्हाई, भूगोल.''

''न्हाई, इतिहास.''

वर्गात एकदम गोंधळच सुरू झाला. कुणी भूगोल म्हणून ओरडू लागले, तर कुणी इतिहास म्हणून जोराने बजावून सांगू लागले. हेडमास्तर एकदम चपापलेले दिसले. हा काय प्रकार आहे ते मला कळेचना. तास कोणता आहे हेही मुलांना माहीत नाही?

मी वर्गातल्या शिक्षकाकडे पाहिले. ते दबलेल्या आवाजात बोलले, ''तसा मी भूगोल शिकवतो, पण... मधनंमधनं इतिहासपण शिकवतो. हं: हं:!...'' मुलांकडे बघून त्यांनी डोळे वटारले, मग हेडमास्तरही हसले.

''त्यांना दोन्ही येतं साहेब. फार तरबेज आहेत दोन्ही विषयांत. भूगोलातून

एकदम इतिहासात शिरतात, तर इतिहासातून पटकन भूगोलाकडं वळतात. भूगोलातलं काही विचारायचंय साहेब?''

भूगोलातले मला स्वतःलाच काही माहीत नव्हते. मग मुलांना मी कसले प्रश्न विचारणार? काहीतरी विचारायचे म्हणून मी विचारले, ''नैऋत्येकडील वारे म्हणजे कसले वारे?''

एक चुणचुणीत पोरगा उठून उभा राहिला.

''नैऋत्येकडील वारे म्हणजे जे वारे नैऋत्य दिशेने येतात ते–''

''बरोबर आहे,'' मी मान डोलावली.

दुसरे एक चिरंजीव उठून उभे राहिले.

''गुर्जी, नैऋत्य दिशा कोणत्या दिशेला येते?''

मी हसलो. हे कार्टे मलाच प्रश्न विचारीत होते.

''अरे, दोन दिशांच्या मध्ये असते ती नैऋत्य दिशा–''

मी घाईघाईने वर्गाबाहेर पडलो. आमच्या पाठोपाठ लगेच पोरांचा लोंढाच बाहेर आला. आम्ही हेडमास्तरांच्या खोलीपर्यंत पोचतो न पोचतो तोच मघाचे चुणचुणीत चिरंजीव आमच्या पाठोपाठ आले. हेडमास्तरांना म्हणाले, ''गुर्जी, आता आमी कुठच्या वर्गात बसायचं?''

हेडमास्तर त्याला दटावून इथून निघून जा म्हणून खूण करू लागले, ते माझ्या ध्यानात आले. मग मीच त्याला विचारले, ''हुशार आहेस रे तू! आता पुढच्या वर्षी नववीत. पण दहावीत गेलास ना, असाच अभ्यास कर. छान!''

ते चिरंजीव दात दाखवून हसले.

''दहावीतच आहे गुर्जी मी.''

''आँ?'' मी आश्चर्याने तोंड वासले.

''न्हवं.''

''अरे, पण आत्ता आठवीच्या वर्गात बसला होतास ना तू?''

''गुर्जी म्हणाले, दोन्ही वर्गात पोरं कमी हैत. तुमी दहावीचे समदे आठवीत बसा. म्हणून आमी आठवीत बसलो. सारखेच घेणार आहेत म्हणले गुर्जी–''

हेडमास्तरांनी त्याला घाईघाईने जायची खूण केली. तो निघून गेला. मी त्यांच्याकडे पाहिले. त्यांनी ओशाळलेल्या मुद्रेने नुसते हॉ हॉ... केले.

''त्याचं काय झाले साहेब, दोन्ही वर्गात पोरं आज कमी आहेत. म्हणून एकाच वर्गात बशीवली.''

''कुठं गेली बाकीची पोरं?''

हेडमास्तर एकदम गप्प झाले. ते काही बोलेचनात. मी खोदूनखोदून तोच प्रश्न केल्यावर ते बोलले, ''खरं सांगू का साहेब–''

"खरंच सांगा. खोटं कशाला?"

"दोन्ही वर्गातली बरीचशी पोरं दोघातिघा मास्तरांबरोबर तालुक्याला गेलीत."

"कशाला?"

हेडमास्तरांनी बॅटने चेंडू मारल्याचा अभिनय केला.

"आज भारत-वेस्ट इंडिज मॅच आहे ना साहेब? ती बघायला तालुक्याला गेलीत. तिथं टीव्ही आहे."

"शाबास!..." मी चकितच झालो. "एवढी सगळी पोरं मॅच बघायला?"

हेडमास्तर त्याच ओशाळलेल्या चेहऱ्याने बोलले, "पोरांना अन् मास्तरांना दोघांना पण फार नाद आहे क्रिकेटची मॅच बघायचा–"

"असं?"

"तर काय!... मास्तर म्हणाले, मी चाललो मॅच बघायला. येता का रे पोरांनो. मग काय! निम्म्याच्यावर पोरं सुटली दनादन त्यांच्याबरोबर."

"वा! शाबास पठ्ठे!..."

मला एकदम चीडच आली. अरे, ही काय शाळा आहे का सोंग? आपला अभ्यास टाकून खुशाल ही पोरं मॅच बघायला जातात? कमाल आहे. अशाने ती काय दिवे लावणार पुढे दिसतातच आहेत! अन् त्या शिक्षकांना तरी काही अक्कल? स्वत:चे काम सोडून बेजबाबदारपणे खुशाल क्रिकेटची मॅच बघायला तालुक्याला जातात? वर्गातली पोरं घेऊन बरोबर पुन्हा? हर हर! काय आपल्या देशातल्या शिक्षणाची परिस्थिती!

मधेच एका वर्गात शिरलो. वर्गशिक्षकांना सांगितले, "तुमच्या वर्गातल्या निबंधाच्या वह्या जरा दाखवा."

वर्गशिक्षक त... त... प... प... करीत म्हणाले, "आतापर्यंत सगळे निबंध बरोबर घेतले साहेब. सगळं तपासून रेडी..."

"कुठायत दाखवा तर खरं."

"गेल्याच आठवड्यात ते चोरीला गेले साहेब. सबंध गठ्ठाच्या गठ्ठा गेला."

"चोरीला गेला?"

हेडमास्तर म्हणाले, "तर काय!... शाळेत चोरी झाली गेल्या आठवड्यात. कंप्लेंट दिलीय. बाकीचे सामान गेलं त्यात निबंधाच्या वह्या पण नेल्या चोरांनी. आहे की नाही गंमत?"

"ठीक आहे. दुसऱ्या वर्गाच्या वह्या दाखवा."

दुसऱ्या वर्गात जाऊन मराठी निबंधाच्या वह्या पाहिल्या. प्रत्येक वहीला वर्तमानपत्राचा पुठ्ठा घातलेला. आत विद्यार्थ्यांचे नावच नाही. पुठ्ठ्यावर नावे दिसली. वह्या मात्र सगळ्या तपासलेल्या. तांबड्या शाईने जागोजाग खुणा. प्रत्येक निबंधाच्या प्रारंभी

समासात नुसता दिनांक आणि महिना. वर्षाचा उल्लेख नाही. मला जरा शंका आली. महिन्याचे आकडे निरखून पाहिले. काही पुढचे महिनेसुद्धा दिसले. ते महिने अजून सुरूही झाले नव्हते. एवढ्यात ते निबंध लिहून दिनांक घालून तयार? काय भानगड काय आहे?

आवाज चढवून मी प्रश्न केला तेव्हा हेडमास्तर म्हणाले, ''त्या पूर्वीच्या मुलांच्या वह्या आहेत.''

''म्हणजे?''

''म्हणजे दोन-तीन वर्षांपूर्वीच्या. म्हणून मुलांना ताकीदच दिली होती... आत नाव घालायचं नाही. वर पुठ्ठ्यावरच फक्त नावं घाला. पुढच्या वर्षी वरचं कव्हर नुसतं बदलायचं. म्हणजे इन्स्पेक्शनला दाखवता येतात. काय करणार साहेब? बाहेरची इतकी कामं करावी लागतात, वह्या तपासायला वेळ कुठाय?''

हेडमास्तरांची ही स्पष्टोक्ती ऐकून मी गारच झालो. काय बोलावे ते मला कळेचना. हेडमास्तरांनी मान खाली घातली होती. ते हळूच पुटपुटले, ''झालं असेल इन्स्पेक्शन तर जेवायला चला साहेब. आपल्या घरीच जायचंय.''

मी आता चांगला चिडलो होतो.

''अजून झालेली नाही. अजून एखादा वर्ग बघायचाय मला.''

''बघा ना साहेब. नववीच्या वर्गावर येता?''

''नको. तुम्ही सांगितलेला वर्ग नको. आपण पाचवीच्या वर्गावर जाऊ.''

''पाचवी कशाला साहेब? फार लहान पोरं आहेत.''

''असू द्या. मला तोच वर्ग बघायचाय.''

त्यांना विचार करायला वेळच दिला नाही. ताडताड पाय उडवीत मी पाचवीच्या वर्गावर गेलो. मागोमाग ते आलेच. बघतो तर वर्गात दंगाच चालू होता. पोरं आरडाओरड करीत होती. आसपास मारामाऱ्या चालू होत्या. त्यांचे मास्तर मख्खपणे खुर्चीवर बसले होते. आम्ही येताच ते उठून उभे राहिले. त्यांचा भेदरलेला चेहरा माझ्या नजरेतून निसटला नाही.

''मास्तर, तुम्ही शिकवा काहीतरी. मला तुमचा तास बघायचाय–'' मी एका रिकाम्या बाकावर बसकन मारली. हेडमास्तर दारातच उभे राहिले. पोरं एकदम गप्प झाली. पण मास्तर काही बोलेचनात. ते आपले गप्प ते गप्पच. मला त्यांच्या या वागण्याचा अर्थच कळेना.

''अहो, काहीतरी शिकवा की मास्तर. काय विषय आहे तुमचा?''

मास्तर भीत भीत म्हणाले, ''वि-ष-य?... मला माहीत नाही.''

''विषयच माहीत नाही? मग काय शिकवता काय तुम्ही?''

तेवढ्यात एक गलेलठ्ठ पोरगा उठून उभा राहिला.

"हा मास्तर नाहीये आमचा."

"मास्तर नाहीत? मग कोण आहेत?"

"तो शिपाई आहे शाळेतला, बंडू शेडगे–"

सगळी पोरं खो खो करून हसली. वर्गात एकदम गोंधळ झाला. मी हेडमास्तरांकडे रागीट दृष्टी टाकली.

"हे कोण आहेत सद्‌गृहस्थ?"

हेडमास्तर पुन्हा एकदा लटपटले. त्यांनी मान खाली घातली. तोंडातल्या तोंडात ते पुटपुटले, "शाळेचा शिपाई आहे साहेब तो–"

"वर्गावरचे मास्तर–"

"ती भारत आणि वेस्ट इंडिजची मॅच चालू आहे ना आज? ती बघायला इतर मास्तरांबरोबर गेलेत."

आता मात्र मी थक्कच झालो. काही न बोलता वर्गाबाहेर पडलो. हेडमास्तर पाठोपाठ आले.

"हेडमास्तर साहेब, अशी शाळा चालवता तुम्ही? धन्य आहे तुमची."

"दीड वाजला असेल. जेवायला चला घरी. तिथे सगळं सांगतो."

"आता काय सांगता कपाळ!... चला."

दीड वाजून गेला होता. भुकेची आठवण झाली. सकाळी निघताना थोडा खाऊन निघालो होतो म्हणून बरे. पण आता पोटात खड्डा पडला होता. आता जेवलेच पाहिजे. काही इलाज नाही.

हेडमास्तरांच्या घरी आधीच निरोप गेला होता. जेवण तयार होते. त्यांच्या सौभाग्यवती सुगरण दिसल्या. जेवण चवदार होते. भरपूर जेवलो. डोके जरा शांत झाले. झालेल्या गोष्टी काही फार महत्त्वाच्या नाहीत असे वाटू लागले. परत बाहेर येऊन बैठकीच्या खोलीत सुपारी चघळत बसलो. सहज दारावरच्या पाटीकडे लक्ष गेले– 'धोंडो परशुराम कुलकर्णी

शिक्षक, प्रशाला कदमवाडी'

माझी मुद्रा एकदम शंकेखोर झाली. मी त्यांना विचारले, "तुम्ही हेडमास्तर ना? मग या पाटीवर 'शिक्षक' कसे लिहिलंय?"

कुलकर्णी साहेबांनी हात जोडले, चेहरा दिनवाणा केला.

"तेच सांगणार होतो. बरं झालं, तुम्हीच विचारलंत."

"म्हणजे?"

"मी हेडमास्तर नाही. साधा शिक्षक आहे."

"आँ? मग हेडमास्तर कुठं गेलेत?"

"आज भारत आणि वेस्ट इंडिजची मॅच आहे ना साहेब, ती बघायला

तालुक्याला गेलेत. त्यांची सासुरवाडीच आहे तिथं.''

काय बोलावे तेच मला समजेना. वेड्यासारखा त्यांच्या तोंडाकडे पाहतच राहिलो. काहीच न बोलता शेवटी उठलो.

''बरंय, निघतो मी. उशीर झालाय.''

जीपमध्ये बसून निघालो. कुलकर्णी साहेबांनी मुद्रा अपराधी केली. पुन्हा हात जोडले.

''साहेब... रिपोर्ट...''

''आलं लक्षात... बराय...''

जीप निघाली. पुन्हा उन्हाचा तास-दीड तासाचा प्रवास करून घरी पोहोचलो. संध्याकाळ होत आली होती. हुश्श करून आरामखुर्चीत अंग टाकले. अंधार झाला आणि पुन्हा दारावरची घंटा चार-पाच वेळा वाजली. दार उघडलं. दारात रघ्या उभा. पुन्हा तो माझ्या आरामखुर्चीत धबकन बसला.

''झाली एकदाची इन्स्पेक्शन बाळू? झकास! माझं फार मोठं काम केलंस तू आज.''

रघ्याने निष्काळजीपणाने माझी एक सिगारेट पाकिटातून पुन्हा उपसली. पेटवून धुराचे लोट सोडले. तोंडावर येणारा धूर हाताने बाजूला सारीत मी संतापून म्हटले, ''रघ्या, कसली रे ही इन्स्पेक्शन? बोंब तिच्यामारी.''

''काय झालं काय?''

मी तावातावाने सगळा वृत्तांत सांगितला, तेव्हा रघ्या हसतच सुटला.

''असं झालं म्हणतोस? वा! मजा आहे...''

''असल्या शाळेबद्दल काय रिपोर्ट लिहायचा रे.''

''ह्यॅ! रिपोर्ट मी लिहूनसुद्धा ठेवलाय–''

रघ्याने सारांश सांगितला. शाळेतील वातावरण शैक्षणिक वातावरणाला पोषक आहे. शिक्षक आपल्या कामात दक्ष दिसले. मुलांची उपस्थिती मात्र थोडी वाढविण्याचा प्रयत्न करणे आवश्यक आहे. निबंध मात्र भरपूर घेतले पाहिजेत. इतर गोष्टी समाधानकारक... वगैरे वगैरे.

मी म्हणालो, ''असं धडधडीत खोटं लिहायचं?''

रघ्या बेफिकिरीने म्हणाला, ''सध्या असंच आहे बाळू. आमच्या शिक्षणक्षेत्रात कुणालाही आपल्या जबाबदारीची जाणीव नाही. आपलं काम टाळायचं अन् दुसरेच उद्योग करीत बसायचं. सध्या सगळीकडे हेच.''

माझेही त्याच्या बोलण्यावर एकमत झाले. आम्ही दोघांनीही नंतर बराच वेळ देशाची सध्याची वाईट परिस्थिती, शिक्षण क्षेत्रातील अवस्था, बेजबाबदार नागरिक आणि देशाचे अंध:कारमय भवितव्य यावर मनोरंजक गप्पा मारल्या.

मला एकदम आठवण झाली.

''रघ्या, तुझ्या बायकोचं पोट कसं आहे रे आता? बरं वाटतंय ना?''

रघ्या पुन्हा जोरजोरात हसला.

''अरे, कसली पोटदुखी अन् काय! तुला जरा थाप मारली.''

''म्हणजे?''

''आज भारत आणि वेस्ट इंडिजची मॅच होती ना म्हणून मारली दांडी कामाला. म्हटले, तुला एवीतेवी इंटरेस्ट नाहीच मॅचमध्ये. तुलाच पाठवावं सालं इन्स्पेक्शनला. दिवसभर मॅच बघत बसलो. जिंकली हं आपण. असं काही पाहिलं की, आपल्या देशाचे भवितव्य उज्ज्वल आहे असं वाटायला लागतं बुवा!...''

## १४.
# मदिराभक्तांचे संमेलन

खरं म्हणजे या कल्पनेचा जन्म एका परमिट रूममध्ये झाला. युवक टिंगरेसचे काही तरुण, तडफदार आणि झुंझार कार्यकर्ते श्रमपरिहारासाठी एकत्र जमले होते. काही वयस्कर, ज्येष्ठ पुढारीही त्यात होते. आगामी निवडणुकीत कोणकोणत्या सुधारणा करणे आवश्यक आहे, यासंबंधीची चर्चा बराच वेळ ऐकल्यामुळे त्यांनाही जरा थकल्या-सारखे झालेच होते. म्हणून थकवा घालवण्यासाठी, केवळ विरंगुळा म्हणून ही मंडळी एकत्र जमली होती. पण जसजसे मद्याचे पेले रिकामे होऊ लागले तसतशी देशाच्या सध्याच्या गंभीर परिस्थितीबद्दलही चर्चा झालीच! आगामी निवडणुकीबद्दलही विचारविनिमय झाला. असे होता होता एकदम गाडी 'संमेलन' या विषयाकडे वळली. त्यातून एका तडफदार कार्यकर्त्याला या संमेलनाची कल्पना एकदम सुचली.

मध्यरात्रीची वेळ. नवशिके रसिक आपापला कार्यभाग आटोपून केव्हाच निघून गेले होते. आता जुनीजाणती, अट्टल मंडळी तेवढी मागे राहिली होती. तरी एखादेच टेबल रिकामे असेल. बाकीची टेबले अजून जिवंत होती. उजेड आहे अशी शंका यावी इतपतच मंद दिवे, टेबलावरील काही रिकामे, काही भरलेले ग्लास, सोड्याच्या उंच बाटल्यांची देवघेव, खाद्यपदार्थांच्या अर्धवट रिकाम्या झालेल्या ताटल्या, दाणे-फुटाण्याची फोलपटे, पापडाचे तुकडे, सेवकांची धावपळ, अशा धुंद, मदीर वातावरणात गप्पा रंगणार नाहीत, असे

कसे होईल? कित्येकांचे आवाज चढले होते. रंगीबेरंगी, मोहक बाटल्यांचे जंगी कपाट पाठोपाठ घेऊन मद्यपानगृहाचे लठ्ठ मालक काऊंटरवर गंभीर, स्थितप्रज्ञ मुद्रेने बसले होते. मधूनमधून त्या गप्पागोष्टींकडे त्यांचेही लक्ष जात होते.

टक्कल पडलेला एक जाकीटवाला तडफदार कार्यकर्ता आपल्या थुलथुलीत पोटावरून हात फिरवीत म्हणाला, ‘‘लोकहो, माझ्या डोक्यात एक भन्नाट आयडिया आली आहे–’’

‘‘कसली आयडिया?’’ एका दाढीवाल्या झुंझार नेत्याने एका घोटात समोरचा ग्लास रिकामा करून विचारले.

‘‘अरे, सगळ्यांची संमेलनं या देशात भरतात. राजकीय पक्षांची भरतात. धंदेवाल्यांची होतात. जातीजमातीची होतात. तिकडं दिल्लीत होळीच्या दिवसात मूर्खांचंसुद्धा संमेलन भरतं असं म्हणतात–’’

‘‘खरं आहे, खरं आहे–’’ तिसऱ्या एका पुढाऱ्याने मुंडी हलवली. त्याने शाळेत असताना काही पाठ्यपुस्तके वाचली होती.

‘‘मागं कोल्हटकर नावाच्या एका माणसानं चोरांचंसुद्धा संमेलन भरवलं होतं बुवा. मी वाचलं होतं पुस्तकात कुठं तरी.’’

‘‘बरं मग? पुढं म्हणणं काय?’’

‘‘दुसरं काय असणार? आपण वर्षानुवर्षं या बाटलीच्या संगतीत आहोत. त्यामुळे तर आपली दोस्ती झाली नाही का? सगळ्या बाटलीभक्तांचं आपण एक संमेलन का भरवू नये? मजा येईल.’’

टक्कलवाल्या युवक नेत्याची ही कल्पना सर्वांनाच आकर्षक वाटली. सगळ्या मदिराभक्तांचे एक संमेलन भरवायचे. विचार करण्यासाठी सर्वांनी मग पुन्हा नवीन पेग मागवले. त्याचे दोनदोन घोट घशात गेल्यावर पुन्हा बोलणे सुरू झाले.

‘‘पण काय करायचं काय संमेलन भरवून?’’

‘‘काय करायचं म्हणजे काय? संमेलन भरवायचे, सगळ्या पिणाऱ्या मंडळींना एकत्र जमवायचं. गर्दी जमवायची. भांडणं करायची. थोडी भांडाभांडी करून मग काही ठराव पास करायचे... बस्स!... दुसरं काय असतं संमेलनात?

मग टक्कलवाल्याने आपले म्हणणे आणखी स्पष्ट करून सांगितले. संमेलन म्हणजे लोक गोळा करायचे आणि गर्दी जमवायची. तेथे काय करायचे हे फारसे ठरविण्याची गरज नसते. गर्दी जमली की, आपोआप काहीतरी होतच असते. शिवाय आधी ठरविलेल्या गोष्टी तेथे होतातच असे नाही. बहुधा होत नाहीत. तेव्हा त्याची काळजी करण्याचे कारण नाही. कुणीतरी अध्यक्ष–स्वागताध्यक्ष असले म्हणजे झाले! भाषणे आपोआप होतात. फक्त मधूनमधून टाळ्या वाजवण्याची व्यवस्था केली म्हणजे पुरे! या भाषणालाच एकदा चर्चा,

एकदा परिसंवाद अशी नावे द्यायची. ‘दारू’ हा शब्द अजूनही आपल्याकडे प्रतिष्ठित मानला जात नाही. या शब्दाला प्रतिष्ठा देण्याचे काम या संमेलनाने केले म्हणजे झाले! दारू पिणाऱ्या कलावंतांना ‘दारुडे’ ‘बेवडेबाज’ अशी हलकी नावे देऊन समाजात त्यांची नाचक्की करण्याचे काम वर्षानुवर्षे चालू आहे. त्याला केव्हातरी आळा घातलाच पाहिजे. हे संमेलन भरवून आपण आपल्या आवडत्या पेयाला समाजाची मान्यता मिळेल असा प्रयत्न केला पाहिजे.

सर्वांनीच या खुलाशावर माना डोलावल्या. काहींच्या माना तर आधीपासूनच डोलत होत्या. टक्कलवाल्याचे हे बोलणे पुढेपुढे सूर टिपेला लागल्यामुळे ते एक भाषणच झाले. ते ऐकून भोवतालचीही रसिक मंडळी त्यांच्याभोवती गर्दी करून उभी राहिली. सगळ्यांनीच आपापले ग्लास उंच करून या सूचनेला संमती दर्शविली आणि हे संमेलन भरवायचे निश्चित झाले. मग या संमेलनाला अधिकृत नाव कोणते द्यावे याची चर्चा सुरू झाली. कुणी त्याला ‘मद्यपी मेळावा’ असे गोड नाव सुचविले. कुणी ‘मदिरा भक्त महोत्सव’ असे प्रतिष्ठित नाव द्यावे, असा आग्रह धरला. कुणी ‘वारुणी वादकर्त्यांची वारी’ असे मंगल नाव द्यावे, असेही सुचवून पाहिले. पण ही फारच प्रतिष्ठित आणि संस्कृतप्रचुर नावे आहेत. तळागाळातील लोकांना त्यामुळे नीटसा बोध होणार नाही, असा जोरदार आक्षेप गर्दीतील एका लालबुंद डोळ्याच्या धटिंगणाने काढला. त्याच्या विरोधामुळे ही नावेही मागे पडली. सामान्य जनतेला एकदम समजेल आणि पटेल असेच नाव संमेलनासाठी ठरविले पाहिजे. तरच संमेलन यशस्वी होईल हे म्हणणे मान्य करण्यात आले. शेवटी दारू-भक्तांचे संमेलन हे साधे, सुटसुटीत नाव नक्की करण्यात आले. या संमेलनाची प्रसिद्धी सर्व वर्तमानपत्रांतून करावी आणि ज्यांना ज्यांना या संमेलनासाठी येण्याची इच्छा असेल त्या सर्वांना संमेलनास येण्याची मुभा असावी असेही ठरले. या अभिनव कल्पनेबद्दल सर्वांनीच पुन्हा एकेक पेग पोटात रिचवला आणि या चर्चेची समाप्ती झाली.

मद्यपींच्या नियमानुसार खरे म्हणजे अशा गप्पागोष्टी या तिथल्या तिथेच ठेवायच्या असतात. मागाहून त्या गोष्टी आठवण्याचा उद्योग सहसा कुणी करीत नाही. कुणाला त्या आठवतही नाहीत. या मंडळींनाही आपण काय बोललो आणि काय ठरवले याची नेहमीप्रमाणे आठवण राहिली नव्हती. पण त्यांच्या सुदैवाने एका स्थानिक वर्तमानपत्राचा वार्ताहर त्या दिवशीच्या गर्दीत सामील होता. सवयीमुळे त्याला फारशी चढलेली नव्हती. त्याच्या लक्षात हे सर्व बोलणे अगदी नीट राहिले होते. दोनच दिवसांत त्या वर्तमानपत्रात यासंबंधीची बातमी प्रसिद्ध झाली आणि सगळीकडे खळबळ उडाली. त्या बातमीत बातमीदाराने म्हटले होते की, आपल्या गावात लवकरच मद्यपी-मंडळींचे एक मोठे संमेलन

भरणार असून, सर्व महाराष्ट्रातून अनुभवी प्रतिनिधींची गर्दी या संमेलनासाठी लोटणार आहे. गावातील वजनदार मंडळींनी यासाठी पुढाकार घेतला असून, तळागाळातील लोकांचाही त्यास जोरदार पाठिंबा आहे असे विश्वसनीय वृत्त आहे. मद्यपान हे राष्ट्रीय ऐक्यास पोषक तर आहेच, पण त्यामुळे समाजातील बेकारीही खूपच कमी होईल, अशी संयोजक पुढाऱ्यांची खात्री आहे. त्या दृष्टीने मद्यपानास प्रतिष्ठा मिळावी आणि मद्यपी मंडळींची गाऱ्हाणी दूर व्हावीत हा संमेलनाचा हेतू आहे. संमेलनासाठी हातभट्टीवाले आणि काही राजकीय पुढारी यांना 'विशेष निमंत्रित' म्हणून बोलावण्यात येणार आहे असे समजते. संमेलनाच्या मंडपात आणि आवारात सर्वांना मद्यपान करायची मुभा राहाणार आहे. प्रतिनिधींना तर मंडपात मोफत दारू पुरविण्याची व्यवस्था संयोजकांच्या विचाराधीन आहे, असेही आतील गोटातील वृत्त आहे. अशा या संमेलनामुळे समाजाच्या सर्व थरातील लोक एकत्र येतील, त्यांचा परस्पर परिचय होईल आणि समाजात सामंजस्याचे वातावरण निर्माण होईल, अशी संयोजकांना खात्री वाटते.

वर्तमानत्रातून ही बातमी सविस्तर प्रसिद्ध झाल्यावर मात्र मूळ संयोजक मंडळी खडबडून जागी झाली. आपण असे काही ठरविले होते हे त्यांना आठवले आणि मग एक कोरडी बैठक होऊन त्यात संमेलनाचा एक दिवसाचा कार्यक्रम निश्चित करण्यात आला. प्रतिनिधींना मुक्त संचार करता यावा म्हणून गावाबाहेरचे एक प्रशस्त पटांगण मंडप टाकून सुशोभित करण्याचे ठरले. स्वयंसेवक म्हणून अनुभवी, तरुण मंडळींचे सहकार्य घेण्यात आले. संमेलनाचे अध्यक्ष म्हणून एका मंत्र्याला बोलविण्यात यावे, अशीही सूचना मांडण्यात आली होती. पण मंत्री नेहमीप्रमाणे ऐनवेळी आले नाहीत तर अध्यक्षपदाचा घोळ होईल, तसेच अनेक मंत्री या विषयातले तज्ज्ञ, त्यापैकी कोणाला बोलवावे यावरही रण माजेल. म्हणून ती सूचना बाजूला ठेवण्यात आली. शेवटी गावातीलच एक पुढारी पंपूशेट बाटलीवाला यांची अध्यक्ष म्हणून एकमताने निवड झाली. पंपूशेट बाटलीवाला हे या विषयातले दर्दी तर होतेच, पण त्यांची देशी दारूची दुकाने महाराष्ट्रात जागोजागी होती. सामान्य जनतेची एवढी मोठी सेवा करणारा त्यांच्यासारखा माणूस दुर्मिळच! म्हणून त्यांची निवड झाली यात कुणाला आश्चर्य वाटले नाही. अध्यक्ष झाल्यामुळे पंपूशेट संमेलनातील पेयपानाची व्यवस्था कदाचित विनामूल्यही करतील, असाही काही जणांना अंदाज होता आणि घडलेही तसेच. स्वागताध्यक्ष म्हणून बाबा दगडोजी धोंडिबा पाषाणकर या जिल्हा परिषद अध्यक्षांचे नावही एकमताने ठरले. दगडोजीबाबा हे एका जवळच्या साखर कारखान्याचे चेअरमन असून, त्यांच्या कारखान्याच्या डिस्टिलरीतील निम्मे उत्पादन त्यांच्या एकट्याच्या घरी जात असल्याचा दबदबा होता! 'बोले

तैसा चाले' या उक्तीप्रमाणे दिवसभर अडखळत अडखळत बोलत आणि अडखळत अडखळत चालत. त्यामुळे त्यांची निवड ही चुकीची होती असे कोणालाही म्हणता आले नसते.

संमेलनाला कितपत प्रतिसाद मिळेल याची संयोजकांना सुरुवातीस जरा साशंकताच वाटत होती. पण जसजसा संमेलनाचा दिवस जवळ येऊ लागला तसतसा पत्रे, तारा यांचा पाऊस पडला. 'आम्ही येणार... आम्ही येणार...आमची सर्व व्यवस्था ठेवा, असे प्रत्येक पत्रातील मजकुरात म्हटले होते. पांढरपेशा, मध्यम वर्गातील मंडळीही जरा आडून आडून चौकशा करीत होती. या संमेलनास उपस्थित राहून आणि भाषण वगैरे करून पुढील निवडणुकीचा मार्ग सोपा करण्याचेही काही राजकीय पुढाऱ्यांनी ठरविले होते. निदान संदेश तरी पाठवून आपला पाठिंबा व्यक्त करावा, असेही बहुतेकांनी नक्की केले होते. संमेलनाच्या आदल्या दिवशीच गावात जत्रा भरल्यासारखी गर्दी दिसून आली. अनेक ठिकाणी मारामाऱ्यांचे प्रकार वाढले, शिवीगाळी झाल्या, ठिकठिकाणी बाटल्यांची फेकाफेक होऊन काचांचा खच पडला. या धटनांमुळे संमेलनास भरपूर प्रतिनिधी आलेले आहेत हे सर्वांच्याच लक्षात आले.

संमेलनाच्या दिवशी अध्यक्ष आणि स्वागताध्यक्ष यांची टोलेजंग मिरवणूक काढावी, असे संयोजन समितीने ठरविले होते. पण पोलिस अधिकाऱ्यांनी मिरवणुकीला संमती दिली नाही. ही मिरवणूक निघाली तर ती कधीच संपणार नाही आणि संमेलनाचाच घोटाळा होईल असे त्यांचे मत पडले. शिवाय निधालेली मिरवणूक ही संमेलनाच्या जागीच बरोबर जाईल याचीही त्यांना खात्री वाटत नव्हती. म्हणून मिरवणुकीचा बेत बारगळला.

प्रत्यक्ष संमेलनाची जागा निरनिराळ्या तऱ्हेने सुशोभित केली होती. स्वागत–कमान केवळ दारूच्या बाटल्यांनीच तयार करण्यात कल्पकता होती हे कुणीही मान्य केले असते.

संमेलनाच्या प्रवेशद्वारापाशी असुरांचे गुरू शुक्राचार्य यांचा पुतळा बसविला होता. दैत्यांचा राजा त्यांना सुरईतून सुरा देत आहे आणि शुक्राचार्य तो सुरा एका प्याल्यात घेऊन दुसऱ्या हाताने सर्वांना आशीर्वाद देत आहेत हा देखावा फारच प्रेक्षणीय होता. काही उत्साही प्रतिनिधींनी त्या गर्दीत दैत्यराजाच्या सुरईत खरोखरच मद्य आहे का हेही चाखून पाहण्याचा मधेच प्रयत्न केला. पण स्वयंसेवकांच्या तत्परतेने तो साध्य झाला नाही. मंडपाच्या बाहेर सर्वत्र चणे-फुटाणे, पापड यांची दुकाने हारीने लागलेली होती. काही साखर कारखान्यांच्या मद्य–उत्पादन–केंद्रांनी आपापली उत्पादने निरनिराळ्या मोठ्या रंगीत बाटल्यांतून भरून त्यांचे सुंदर प्रदर्शन भरविले होते. त्यामुळे बरेच प्रतिनिधी त्या दुकानांसमोरच

जिभल्या चाटीत रेंगाळत होते. आलेल्या प्रतिनिधींनी मद्यपानाशिवाय अन्य कशाचेही सेवन करू नये अशा सूचनावजा पाट्या सर्वत्र लावल्या होत्या आणि त्याप्रमाणे घडत आहे की नाही हे पाहण्यासाठी कडक पोलिस बंदोबस्त होता. दुसऱ्या प्रवेशद्वारापाशी मोगल बादशहा जहांगीर याला एक दासी प्याल्यातून मद्य देत आहे असा पुतळा उभारून राष्ट्रीय एकात्मता आणि सर्वधर्मसमभाव यांचे मनोज्ञ दर्शन घडविले होते.

संमेलनाच्या व्यासपीठावर 'समाज शीलेषु व्यसनेषु सख्यम' असे संस्कृत सुभाषित मोठ्या दिमाखाने पाठीमागच्या पडद्यावर रंगवले होते. तर त्याखाली उर्दूत 'हाय कंबख्त, तूने पीहि नही!...' असेही एक बोधवाक्य लिहून पुन्हा समतोल साधला होता. त्याशिवाय निरनिराळ्या आकाराच्या बाटल्या, पेले, ग्लास यांची चित्रे नवचित्रकलेच्या पद्धतीने पडद्यावर रंगवली होती. याशिवाय उमर खय्याम आणि गालिब यांचेही फोटो व्यासपीठावर लावावेत असा संयोजकांचा बेत होता. पण हा सर्वधर्मसमभाव जरा जादाच होईल असे वाटल्यामुळे (आणि त्यांचे फोटोही कुठेच न मिळाल्यामुळे) तो बेत रहित करण्यात आला. मांडवात मात्र सर्वत्र दारू ढोसून ढोसून खलास झालेल्या निरनिराळ्या कलावंतांचे फोटो लटकलेले होते. त्यात चित्रपट, नाट्य, साहित्य या क्षेत्रांतील अनेक हुतात्मे कलावंत होते. प्रतिनिधींची बसण्याची (आणि पडण्याची) व्यवस्था मात्र नमुनेदार होती. वेगवेगळ्या विभागांना वेगवेगळी नावे दिली होती. सर्वांत अधिक शुल्क भरणारांचा 'स्कॉच विभाग' स्वतंत्र होता. तेथे गाद्या, तक्के, लोड यांची सोय करण्यात आली होती. याशिवाय व्हिस्की विभाग, रम विभाग, जीन विभाग, ब्रँडी सेक्शन हे स्वतंत्र गट होते. तेथे मोठमोठ्या सतरंज्या अंथरल्या होत्या आणि तक्के ठेवले होते. देशी विभागात मात्र फक्त पाले आणि तरटे होती. नारंगी, मोसंबी असले काही पोटविभागही त्यात होते. प्रतिनिधींना आत मांडवात सोडण्यासाठी प्रवेशपत्रिकेऐवजी त्यांचा गटाची एक बाटलीच त्यांना देण्यात येत होती. प्लॅस्टिकचे मोफत ग्लासही एका उत्साही कंपनीने पुरविले होते. प्रत्येक प्रतिनिधी हातात बाटली आणि ग्लास घेऊनच मांडवात प्रवेश करी आणि स्थानापन्न झाल्यावर लगेच आपल्या कार्यक्रमास प्रारंभ करी.

संमेलनाचा प्रारंभ 'पिनेके दिन आये, पिये जा...' या स्वागतपर गीताने झाला. त्यावेळी सर्व प्रतिनिधी पिण्यातच दंग होते. अध्यक्ष आणि स्वागताध्यक्ष स्थानापन्न झाल्यावर सर्वांनी टाळ्या वाजवण्याऐवजी आपापले ग्लास उंच धरून त्यांना सलामी दिली. ते दृश्य फारच हृदयस्पर्शी होते. संमेलनाचा वृत्तांत योग्य तऱ्हेने वर्तमानपत्रात प्रसिद्ध व्हावा या दृष्टीने पत्रकार कक्षात मात्र पिण्यास मनाई

करण्यात आली होती. स्वागतपर गीत संपल्यावर स्वागताध्यक्ष बाबा दगडोजी ऊर्फ पाषाणकरबाबा यांनी स्वागतपर भाषण केले. ते म्हणाले,

'बंधूंनो, खरे म्हणजे, भाषणाच्या प्रारंभी 'बंधूंनो आणि भगिनींनो' असे म्हणण्याची पद्धत आहे. पण या संमेलनास फक्त पुरुषवर्गच दिसत आहे, याचे मला दुःख होते. आपल्या तळागाळातील भगिनी यात जितक्या तयार आहेत त्याहीपेक्षा सुशिक्षित, श्रीमंत वर्गातील भगिनी जास्त आहे हे मला अनुभवाने माहीत आहे. तथापि संमेलनाबाबत त्या उदासीन आहेत ही फारच खेदाची गोष्ट आहे. त्यांची अनुपस्थिती मला फारच जाणवते आहे. भगिनीवर्ग समोर दिल्याशिवाय मी कधी बोलत नाही. पण आज मला बोलले पाहिजे. असो. पुढील संमेलनात ही परिस्थिती बदलेल असा मला विश्वास वाटतो. मित्रहो, तुमची सर्वांचीच समजूत अशी असेल की, मी आणि अध्यक्ष पंपूशेट दोघेही आज पिऊनच आलो असू. पण मी आज न पिता इथे आलो आहे हे स्पष्टपणे सांगतो. याचे कारण उघड आहे. पिऊन आलेला माणूस हा नेहमी खरे बोलतो. खोटे बोलणे त्याला जमत नाही. खोटे बोलायला डोके ठिकाणावर असावे लागते. म्हणूनच मी घेतलेली नाही (हशा)... पण एक खरी गोष्ट सांगतो. मला सर्वजण दगडोजीबाबा किंवा पाषाणकर बाबा म्हणतात. मला पोरेबाळे झाल्यावर माझे नाव 'बाबा' पडले अशी पुष्कळांची समजूत आहे. पण ती खोटी आहे. मी अगदी तरुणपणीच बाटलीची संगत धरली. पुढे मी त्यात इतका तयार झालो की, मला सर्व लोक 'बाटली बहाद्दर' म्हणूनच ओळखू लागले. बाटली बहाद्दरचेच संक्षिप्त रूप म्हणजे 'बा.बा.' (प्रचंड टाळ्या) मित्रहो, दारू पिण्याचे अनेक फायदे आहेत. ते या संमेलनाच्या निमित्ताने समाजाला समजतील अशी मला आशा आहे. दारू पिणारा मनुष्य खोटे बोलत नाही, हे तर आत्ताच मी तुम्हाला सांगितले. तो जसा सत्यवादी असतो तसाच निर्भिड, स्पष्टवक्ताही असतो. तो समाजाची कधीच पर्वा करीत नाही. (टाळ्या) खरा दारुडा हा एक प्रकारे अध्यात्मवादीही असतो. आपले आयुष्य हे क्षणभंगुर आहे याची त्याला जाणीव असते. संसारात तो पूर्णपणे उदासीन असतो. परमार्थात नेहमी माणसाने संसार सोडावा ही पहिली पायरी म्हणून सांगतात. दारुडा माणूस हा संसार सोडलेलाच माणूस असतो. संसारातील कुठल्याही दुःखाचा त्याला स्पर्शसुद्धा होत नाही. म्हणून परमार्थाचा खरा अधिकारी तोच होय, असे माझे नम्र, पण प्रामाणिक मत आहे. (टाळ्या)...

स्वागताध्यक्ष दगडोजीबाबा आणखीही पुढे बोलणार होते. पण पुढे पुढे श्रोते कुठेही टाळ्या वाजवू लागले आणि हसू लागले. तेव्हा त्यांनी आपले भाषण आटोपते घेतले. त्यानंतर अध्यक्ष श्री. पंपूशेट बाटलीवाला यांचे अध्यक्षीय भाषण झाले. त्यांनीही बाटलीचे महत्त्व नाना प्रकारे विशद करून

सांगितले. 'एक अनुभवाचीच गोष्ट सांगतो–' अशी सुरुवात करून ते म्हणाले, "पूर्वी मी म्युनिसिपालटीचा मेंबर होतो. पण म्युनिसिपालटी काय काय करते, काय नाही याचा मला पत्ता नसे. म्युनिसिपालटीचे कामगार सफाईचे काम करतात की नाही याचीही मली नीटशी कल्पना नसे. पण एकदा मी जाम पिऊन बाहेर पडलो. रस्त्यावर अनेक ठिकाणी ठेचकाळलो आणि आपटलो तेव्हा आपले गावातील रस्ते किती नादुरुस्त आहेत याची मला कल्पना आली. एकदोनदा मी गटारातच पडलो होतो. त्यावेळी आपली गटारे घाणीने किती भरलेली आहेत आणि त्याची सफाई कित्येक दिवसांत झालेली नाही ही गोष्ट तेव्हा माझ्या लक्षात आली."

शेवटी ते म्हणाले. "आपल्या या मदिराभक्तांच्या संमेलनास काही टवाळखोर लोक कुचेष्टेने 'दारुड्यांचे संमेलन' असे म्हणत असल्याचे माझ्या कानावर आले आहे. पण तुम्ही नाउमेद होऊ नका. जगात निंदा कोणाची होत नाही? म्हणून आपण आपला मार्ग सोडू नये. 'उपासनेला दृढ चालवावे' असे कुणीतरी म्हटले आहे म्हणतात. ते अगदी सत्य आहे. आपली उपासना सोडू नका. वारकऱ्यांनासुद्धा 'टाळकुटे' म्हणून टिंगलखोर लोक नावे ठेवीतच असतात, म्हणून कुणी दारुडे म्हटले तर रागावू नका. 'होय, आहोतच आम्ही दारुडे' असे अभिमानाने सांगा. म्हणजे दारुडा या शब्दाला प्रतिष्ठा प्राप्त होईल. जयहिंद, जय महाराष्ट्र."

अध्यक्षीय भाषणानंतर संमेलनात विविध स्वरूपाच्या चर्चा, परिसंवाद झाले. परिसंवादाचे विषय सर्वांना आकर्षित करणारे होते. 'सुरा पान : सुस्ती की सुरसुरी?' असा एक विषय होता. त्यात भाग घेण्याची सुरसुरी फार जणांना होती. यामुळे परिसंवाद फारच लांबला. शेवटी श्रोत्यांनाच सुस्ती आल्यामुळे चर्चा आटोपती घ्यावी लागली. इतर चर्चा झाल्या असे प्रत्येकाने एकमेकांना सांगितले, पण प्रत्यक्ष चर्चा ऐकल्याचे कुणालाच नीटसे आठवत नव्हते.

संमेलनाच्या अखेरीस महत्त्वाचे ठराव पसार करण्यात आले.

१) दारू पिणाऱ्या माणसाची समाजात कुचेष्टा आणि अवहेलना होते, ती यापुढे थांबवण्यात यावी. एखाद्यास कुणी 'दारुडा' म्हणून शिवी दिल्यास त्याच्यावर खटला भरण्यात यावा आणि आपण तसे बोललो नाही हे सिद्ध करण्याची जबाबदारी त्या इसमावर टाकण्यात यावी.

२) दारूची दुकाने काही ठराविक वेळेतच उघडी असतात. त्यामुळे मदिरा–भक्तांची फारच गैरसोय होते. तरी या दुकानांची शॉपॲक्टपासून मुक्तता करण्यात यावी आणि ही दुकाने रात्रीबेरात्रीही उघडी राहतील अशी व्यवस्था करण्यात यावी.

३) दारू विक्रीच्या दुकानात सर्व व्यवहार रोखीने चालतो. कित्येक गोरगरीब दारूभक्तांच्या खिशात एखाद्यावेळी छदामही नसतो. त्यांची फारच गैरसोय होते. म्हणून अशा मदिराभक्तांना उधार दारू देण्याची दुकानदारावर सक्ती करण्यात यावी. अशी उधारी थकल्यास शेतकऱ्यांच्या कर्जाप्रमाणे ही थकबाकीही शासनाने माफ करावी.

४) भेसळ प्रतिबंधक कायद्यास या संमेलनाचा पाठिंबा आहे. कित्येक दुकानदार चांगल्या दारूत हलकी दारू मिसळून गिऱ्हाईकाची फसवणूक करतात. त्यांच्यावर त्वरित खटले भरण्यात यावेत, तरच शुद्ध दारूच्या प्रसारास उत्तेजन मिळेल.

५) विषारी दारू प्याल्यामुळे अनेक निष्ठावान मदिराभक्त मृत्युमुखी पडतात. या घटनेकडे हे संमेलन शासनाचे लक्ष वेधीत आहे. मदिरा–भक्तांना मरावयाचेच असल्यास त्यांनी दुसऱ्या कुठल्या तरी रोगाने मरावे, अशी संमेलनाची शिफारस आहे. पण असे लोक मेल्यास अपघातात सापडलेल्या माणसाच्या कुटुंबीयांना शासन जशी मदत जाहीर करते तशीच आर्थिक मदत काही बाबतीत शासनाने ताबडतोब जाहीर करावी.

६) दारू आणि कलावंत यांचे संबंध अतिशय निकटचे आहेत. म्हणून सर्व कलावंतांनी या संमेलनास अगत्यपूर्वक आर्थिक साहाय्य करण्याबद्दल हे संमेलन विनंती करीत आहे. कलावंत या संमेलनाचे आजीव सभासद होण्यास विशेष पात्र आहेत. ही गोष्ट संमेलन कृतज्ञतापूर्वक मान्य करीत आहेत.

७) दारू आणि निवडणूक यांचाही परस्पर संबंध फारच मोठा आहे. म्हणून निवडणुकीत यश मिळविण्यासाठी उमेदवाराने आपल्या मतदारसंघात मद्यपानाची विशेष सोय केल्यास त्यास निवडणूक कायद्याने संमती द्यावी आणि तो खर्च हिशेबात धरला जाऊ नये.

८) या संमेलनाचा सभासद होण्यासाठी जो नित्य मद्यपान करीत असेल त्यास पात्र समजण्यात यावे. मात्र तसे प्रशस्तिपत्रक त्याने ओळखीच्या एखाद्या बारकडून आणणे आवश्यक आहे. कार्यकारिणीत येण्यासाठी चार वेळा तरी दारू पिऊन रस्त्यात दंगामस्ती केल्याबद्दल पोलिसांचे प्रमाणपत्र आणावे लागेल आणि अध्यक्ष होण्यासाठी दारू पिऊन भाषणे करण्याबद्दल त्याची प्रसिद्धी असली पाहिजे. विशेषत: दारूबंदीवर भाषण करणाऱ्यास अग्रक्रम देण्यात येईल.

असे अनेक ठराव पसार होऊन हे संमेलन संपले. संमेलन संपल्यावर रात्री

करमणुकीचा कार्यक्रम म्हणून 'एकच प्याला' नाटकातील काही महत्त्वाचे प्रवेश दाखविण्याचे जाहीर झाले होते. सिंधू, सुधाकर इ. पात्रांचे किरकोळ प्रवेश वगळून मदिरा मंडळाचे सर्व महत्त्वाचे प्रवेश बसवलेले होते. पण तळीराम सोडून बाकी सर्व नट टंच प्याल्यामुळे काम करण्याच्या स्थितीत नाहीत असे आढळून आले. त्यामुळे करमणुकीचा कार्यक्रम ऐनवेळी रद्द करण्यात आला आणि संमेलनाची बाटली पूर्ण रिकामी झाली. एरवी कुठलेही संमेलन संपले की, तासाभरात मांडव रिकामा होतो. पण या संमेलनाचे वैशिष्ट्य असे की, संमेलन संपले असे जाहीर झाले तरी एकही प्रतिनिधी जागचा हललेला नव्हता. बहुतेक प्रतिनिधी दुसऱ्या दिवशी सकाळीच शुद्धीवर आले आणि मगच मांडवाबाहेर पडले.